பள்ளம்

பள்ளம்

சுந்தர ராமசாமி (1931 – 2005)

தமிழின் முன்னோடி எழுத்தாளர்களில் ஒருவரான சுந்தர ராமசாமி நாகர்கோவிலில் பிறந்தார். பள்ளியில் மலையாளமும் ஆங்கிலமும் சமஸ்கிருதமும் கற்றார். 1951இல் 'தோட்டியின் மக'னைத் தமிழில் மொழிபெயர்த்ததே முதல் இலக்கியப் பணி. 1951இல் புதுமைப்பித்தன் நினைவு மலரை வெளியிட்டார். இவரது முதல் கதையான 'முதலும் முடிவும்' அதில் இடம்பெற்றது. மூன்று நாவல்களும் பல கட்டுரைகளும் சுமார் அறுபது சிறுகதைகளும், பசுவய்யா என்ற பெயரில் கவிதைகளும் எழுதினார். 1988இல் *காலச்சுவடு* இதழை நிறுவினார்.

சுந்தர ராமசாமிக்கு டொரொன்டோ (கனடா) பல்கலைக்கழகம் வாழ்நாள் இலக்கியச் சாதனைக்கான 'இயல்' விருதை (2001) வழங்கியது.

வாழ்நாள் இலக்கியப் பணிக்காகக் 'கதா சூடாமணி' விருதையும் (2003) பெற்றார்.

சுந்தர ராமசாமி 14.10.2005 அன்று அமெரிக்காவில் காலமானார்.

மனைவி: கமலா. குழந்தைகள்: தைலா, கண்ணன், தங்கு. (மூத்த மகள் சௌந்தரா 1996இல் காலமானார்.)

சுந்தர ராமசாமி

பள்ளம்

காலச்சுவடு பதிப்பகம்

● அன்பார்ந்த வாசகருக்கு,
வணக்கம்.

காலச்சுவடு நூலை வாங்கியமைக்கு நன்றி.

நூலின் உள்ளடக்கம், உருவாக்கம், அட்டைப்படம் இன்ன பிற அம்சங்கள் பற்றிய உங்கள் கருத்துகளையும் ஆலோசனைகளையும் காலச்சுவடு வரவேற்கிறது. தகவல், எழுத்து, வாக்கியப் பிழைகள் தென்பட்டால் கட்டாயம் தெரிவித்து உதவுங்கள். நூல் தயாரிப்பில் கடும் குறைபாடு இருப்பின் மாற்றுப் பிரதி உங்களுக்குக் கிடைக்கக் காலச்சுவடு ஏற்பாடு செய்யும்.

மின்னஞ்சல்: publisher@kalachuvadu.com

காலச்சுவடு நாகர்கோவில் தலைமையகத்துக்கும் கடிதம் அனுப்பலாம்.

தங்கள்
எஸ்.ஆர். சுந்தரம் (கண்ணன்)
பதிப்பாளர் – நிர்வாக இயக்குநர்

பள்ளம் ❖ சிறுகதைகள் ❖ ஆசிரியர்: சுந்தர ராமசாமி ❖ © கமலா ராமசாமி ❖ முதல் பதிப்பு: டிசம்பர் 1985 ❖ காலச்சுவடு முதல் பதிப்பு: டிசம்பர் 2012, எட்டாம் பதிப்பு: ஜூலை 2023 ❖ வெளியீடு: காலச்சுவடு பப்ளிகேஷன்ஸ் (பி) லிட்., 669, கே.பி. சாலை, நாகர்கோவில் 629001

pallam ❖ ShortStories ❖ Author: Sundara Ramaswamy ❖ ©Kamala Ramaswamy ❖ Language: Tamil ❖ First Edition: December 1985 ❖ Kalachuvadu First Edition: December 2012, Eighth Edition: July 2023 ❖ Size: Demy 1 x 8 ❖ Paper: 18.6 kg maplitho ❖ Pages: 80

Published by Kalachuvadu Publications Pvt. Ltd., 669 K.P. Road, Nagercoil 629001, India ❖ Phone: 91-4652-278525 ❖ e-mail: publications@kalachuvadu.com ❖ Printed at Adyar Students xerox Pvt. Ltd., No. 275 Habibullah Road, Triplicane high Road, Opp Triplicane Post Office, Triplicane, Chennai 600005

ISBN: 978-93-81969-43-4

07/2023/S.No. 488, kcp 4557, 18.6 (8) rss

ராஜு – விசாலத்துக்கு

பொருளடக்கம்

ரத்னாபாயின் ஆங்கிலம்	11
குரங்குகள்	22
ஓவியம்	32
பள்ளம்	40
கொந்தளிப்பு	53
ஆத்மாராம் சோயித்ராம்	63

ரத்னாபாயின் ஆங்கிலம்

தில்லியிலிருந்த தன் உற்ற சிநேகிதியான அம்புஜம் ஸ்ரீனிவாசனுக்கு வழக்கம்போல் ரத்னாபாய் ஆங்கிலத்தில் ஒரு கடிதம் எழுதினாள். அதன் கடைசிப் பாராவை "அம்பு, இந்தப் பட்டுப்புடவையை நீ பார்த்தால் என் கையிலிருந்து அதைப் பிடுங்கி உன் நெஞ்சோடு சேர்த்துக்கொண்டு, 'எனக்கு, ஐயோ எனக்கு' என்று குதிப்பாய். சந்தேகமே வேண்டாம். ராதையின் அழகையும் கண்ணனின் வேணுகானத்தையும் குழைத்து இதைப் படைத்திருப்பவனைக் கலைஞன் என்று நான் கூசாமல் அழைப்பேன். வண்ணக் கலவைகளில் இத்தனை கனவுகளைச் சிதறத் தெரிந்தவன் கலைஞன்தான்" என்று முடித்திருந்தாள். அந்தக் கடிதத்தைத் தபாலில் சேர்க்கும்போது அதனுள் வினையின் விதைகளும் அடங்கியிருந்தன என்பதை ரத்னாபாய் ஊகித்திருக்கவில்லை. அம்புவிடமிருந்து வந்த பதிலில், "ரத்னா, உனது ஆங்கிலம்! எத்தனை தடவை அதை வியந்தாயிற்று! வியந்ததைச் சொல்லத் தெரியாமல் விழித்தாயிற்று! ஒன்றாய்த்தானே படித்தோம்? எங்கிருந்து கிடைத்தது உனக்கு

மட்டும் இப்படி ஒரு பாஷை? கடிதங்கள் மனப்பாடம் செய்யப்படுவதுண்டோ? செய்கிறேன். சில சமயம் மறு பாதியை அவர் திருப்பிச் சொல்லுகிறார். பரதநாட்டியம் மனக்கண்ணில் வருகிறது, உன் பாஷையின் நளினத்தை உணரும்போது. நானும் கல்லூரி ஆசிரியை, அதுவும் ஆங்கிலத்தில். நினைக்கவே வெட்கமாக இருக்கிறது... ஆமாம் அப்படி என்ன அதிசயம் அந்தப் புடவையில்? வாங்கி வை எனக்கும் ஒன்று. அதே மாதிரி. என் சக ஆசிரியைகளுக்கு இரண்டு. வெட்கப்படட்டும் அவர்களும் என எண்ணி உன் கடிதத்தைக் காட்டப்போக – பயப்படாதே. முழுவதுமல்ல; சில பகுதிகளைத்தான் – இப்படி ஒரு கோரிக்கை வந்து சேர்ந்தது. தொந்தரவுதான் உனக்கு" என்று எழுதியிருந்தாள்.

"தொந்தரவுதான்" என ரத்னாபாய் கடிதத்தைப் படித்து முடித்ததும் முணுமுணுத்தாள். "அம்பு, என் கண்ணே. நீ நினைப்பதைவிடவும் பெரிய தொந்தரவு" என்று கற்பனையில் அம்புவின் வாட்டசாட்டமான முழு உருவத்தையும் – இடது கைவிரல் நுனிகளால் அடிக்கொரு தரம் மூக்குக்கண்ணாடியின் இரு ஓரங்களையும் தொட்டு அசைத்துக்கொள்ளும் அவளுடைய தன்னுணர்வற்ற செய்கையோடு – கண்முன் நிறுத்திச் சொன்னாள். "சிக்கலான பொறி, சிக்கலான பொறி" என்று அவள் வாய் ஆங்கிலத்தில் முணுமுணுத்தது.

மில்டன் நழுவிவிட்டிருந்தான். ஒவ்வொரு தடவை உணவுக்குப் பின்னும் இப்போதெல்லாம் இப்படி ஒரு நழுவல். இன்னும் பதினேழு வயது முடியவில்லை. அதற்குள் இந்தப் பழக்கம். வசதியாக புதுப் பெட்டிக்கடையும் பக்கத்திலே வந்தாயிற்று. ஆமாம்... எங்கிருந்து காசு? பப்பாவிடமிருந்து திருடிக்கொள்வான் போலிருக்கிறது. பப்பா, மம்மியிடமிருந்து திருடிக்கொள்ளும்போது இதில் என்ன தப்பு? ரோஸியும் மேரியும் தையல் வகுப்புக்குப் போயிருந்தார்கள். இருவருக்குமே படிப்பு வரவில்லை.

பள்ளிக்கூடத்தில் ரத்னாபாய் டீச்சரின் பிள்ளைகளா என்ற கேலியை வாங்கிக்கட்டிக்கொண்டதுதான் மிச்சம். ஒவ்வொரு வருடமும் அக்காவும் தங்கையும் மாறிமாறித் தோற்றுக்கொண்டிருந்தார்கள். "அவமானம்... அவமானம்" என்று ரத்னாபாய் ஆங்கிலத்தில் முணுமுணுத்தாள், "என் குழந்தைகளா இவை? இல்லை. இல்லவே இல்லை. ஜாண்சனின் குழந்தைகள். வேட்டைக்காரனின் குழந்தைகள். வலிக்கிற பல்லை, ஊசிபோட்டு உணர்வு இழக்கச் செய்யாமல், வலியோடு பிடுங்குகிறவனின் குழந்தைகள். அவனுடைய சதா ரத்தச் சிவப்பேறிய கண்களும், முரட்டுக் கைகளும், கைகளிலும் மார்பிலும் கரடிக்கு முளைத்திருப்பது போல் கரு மயிரும்... கடவுளே, ஏன் என் மனத்தில் வசையைப் புகுத்துகிறாய்?" என்று வாய்விட்டு அரற்றினாள் ரத்னாபாய். ஏன் இவ்வாறு துரதிருஷ்டம் பிடித்துப்போனேன்? அம்மா சொல்வாள் உலகம் வயிறெரிந்துவிட்டது என்று...

ரத்னாபாயைச் சிறுவயதில் அவளுடைய தாயார் மீராபாய் டீச்சர் வெளியே அழைத்துச் செல்லும்போது, அவளைப் பார்த்த ஒவ்வொரு ஆணும் பெண்ணும் வயிறெரிந்து விட்டார்களாம். ரத்னாபாயின் அழகு அவர்களிடத்தில் தாங்க முடியாத பொறாமையை ஏற்படுத்திற்றாம். மீராபாய் டீச்சரின் வாதம் இது.

அம்புவுக்குப் பதில் எழுத எத்தனை நாட்கள் கடத்துவது? மீண்டும் கடிதம் வந்துவிட்டது. "மறந்து விட்டாயா ரத்னா? லீவுதானே? மசக்கையோ? டூவா..?"

ரத்னாபாய் எழுந்திருந்து மாடிக்குச் சென்றாள். மொட்டை மாடியில் தரையில் ஒரு கிழவர் உட்கார்ந்துகொண்டிருந்தார். வழுக்கைத் தலை. அழுக்குத் துண்டால் கன்னங்களைச் சுற்றிக் கழுத்தில் கட்டிக்கொண்டிருந்தார். கன்னம் வீங்கிய வீக்கத்தில் கண்கள் இடுங்கிப் புதைந்துகிடந்தன. முகம் 'ஜிவ் ஜிவ்'வென்று சிவந்துகிடந்தது. ரத்னாபாய் எதிர்ப்பட்டதும் கிழவர் சாத்தியிருந்த மாடி அறைக் கதவைச் சுட்டிக்காட்டி 'கவனிக்கச் சொல்லுங்கள்' என்று

சமிக்ஞை காட்டினார். ரத்னாபாய் முகம் கோபத்தில் கடுகடுத்தது. விரல் நுனியால் மிகுந்த நாசுக்குடன் கதவைச் சுண்டினாள். கதவு திறக்கப்படவில்லை. பலமாகத் தள்ளிக்கொண்டு உள்ளே நுழைந்தாள். நோயாளிகளை உட்கார்த்தும் நாற்காலிக்குப் பக்கத்தில், பல்லை ராவும் கருவியின் பெரிய இரும்புச் சக்கரத்தினடியில் தலை வைத்து லுங்கி விலகிக் கிடக்க அலங்கோலமாகத் தரையில் கிடந்தான் ஜாண்சன். “அசிங்கம், வெட்கமாய் இல்லையா?” என்று கத்தினாள் ரத்னாபாய். “காலால் உதைப்பேன்” என்றாள். லேசாக ஒரு முனகல் கேட்டது. “எனக்குக் கொஞ்சம் பணம் வேணும். அவசரம். பத்துப் பதினைந்து நாட்களில் திருப்பிக் கொடுத்துவிட முடியும்” என்றாள். மீண்டும் முனகல் எழுந்தது. “உங்களிடம் ஒரு உதவியை நாடி வந்திருக்கிறேன். எனக்குப் பைத்தியம். எப்பொழுதாவது நீங்கள் எனக்காக உங்கள் சுண்டுவிரலை அசைத்திருக்கிறீர்களா?” என்று ஆங்கிலத்தில் பேசினாள். நாடகத்தில் ஒரு கதாபாத்திரம் பேசுவதுபோல் இருந்தது. வெளியே கிழவர் தன் இருப்பிடத்தை விட்டு எழுந்திருந்து கதவுக்குப் பின்னால் வந்து நிற்பதாக ரத்னாபாய்க்குத் தோன்றிற்று. ‘சாத்தியிருக்கும் கதவுக்குப் பின்னால் ஏன் இவ்வாறு நிகழ்ந்திருப்பதாக எனக்குத் தோன்ற வேண்டும். அதிக உணர்வுகள் வேலை செய்வதாலா? கற்பனையின் திமிறினாலா? என்னுடைய நுட்பமும், நகாஸூம், பதவிசும், லளிதமும் முரட்டுத்தனத்தால் சூறையாடப்பட்டு விட்டதா?’ கதவைத் திறந்து பார்க்கிறபோது கிழவர் அங்கு நின்றுகொண்டிருந்தால், தனது காரியங்கள் சுமாரான வெற்றிக்குத் திரும்பும் என்றும், அப்படியில்லாத வரையிலும் இப்போது இருப்பதுபோலவே இருக்கும் எனவும் கற்பனை செய்துகொண்டு கதவைத் திறந்தாள். கிழவர் இருந்த இடத்திலேயே உட்கார்ந்துகொண்டிருந்தார். ரத்னாபாய் மீண்டும் உள்ளே நுழைந்து, “நான் சொல்வது காதில் விழுகிறதா?” என்று உரக்கக் கத்தினாள். மீண்டும் முனகல் கேட்டது. முகம் லேசாகத் திரும்பியதும் கடைவாயிலில் எச்சில் வழிவது தெரிந்தது. “மிருகம், மிருகம். மிருகத்திலும்

கேவலம்" என்று அவள் வாய் முணுமுணுத்தது. சிறு சுவர் அலமாரியைத் திறந்து இரண்டு மாத்திரைகளை ஒரு புட்டியிலிருந்து எடுத்துக்கொண்டு கிழவர் முன்னால் வந்தாள். "இதை விழுங்கிவிட்டு உட்கார்ந்து இரும்" என்று சொல்லிவிட்டுப் படியிறங்கிக் கீழே வந்தாள்.

இப்போதே போய், காரியத்தை முடித்துவிட்டால் என்ன என்று ரத்னாபாய்க்குத் தோன்றியது. இன்று இரவு எப்படியும் அம்புவுக்குப் பதில் எழுதவேண்டும் என்பதும், அந்த அந்த இடத்திற்கு என்ன என்ன வார்த்தைகளை உபயோகிக்கவேண்டும் என்பதும் அவள் மனதில் உருவாகியிருந்தன.

வாசல் கதவைச் சாத்திவிட்டு உள்ளே வந்தாள் ரத்னாபாய். மாடியிலிருந்து ரேழிக்கு வரும் மாடிப்படிக் கதவையும் சாத்தினாள். இப்போது உள்ளே ஒரே இருட்டாகி விட்டது. விளக்கைப் போட்டாள். இரண்டு கைகளிலும் சோப்பை நுரைத்துக் கை வளையல்களைக் கழற்றினாள். முகத்தைக் கண்ணாடியில் பார்த்தாள். முன் நரையை உள்ளே தள்ளிக் கருமயிரை மேலே இழுத்துவிட்டாள். "காலம் குதிரைமீது ஏறிவந்து என்னைத் தாக்குகிறது" என்று ஆங்கிலத்தில் சொல்லிக்கொண்டாள். "இருபத்தைந்து வருடங்களுக்கு முன் நான் ஒரு பேரழகி என்பது உங்களுக்குத் தெரியுமா?" என்று ஒரு சபையைப் பார்த்துக் கேட்பதுபோல் கற்பனை செய்துகொண்டு கேட்டாள். வளையல்களைக் கைப்பையில் வைத்துக்கொண்டு தெருவில் இறங்கினாள்.

இருபது இருபத்தைந்து வருடங்களுக்கு முன்னர், ரத்னாபாய் தன் தாயார் மீராபாயுடன் தெருவழியாக நடந்து செல்வது இளைஞர் உலகில் ஒரு முக்கியமான சம்பவம். இந்த வாய்ப்பை எதிர்பார்த்து அவர்கள் ஏமாறுவதும், எதிர்பாராத நேரங்களில் கிடைத்துவிடுவதும் இளைஞர் உலகின் முக்கியமான செய்திகள். 'என்னுடைய பொக்கிஷம் எப்படி?' என்று பெருமிதம் வழியும் முக பாவத்துடனும்,

'என் பொக்கிஷத்தை எப்படி உங்களிடமிருந்து காப்பாற்றப் போகிறேனோ?' என்ற கவலை தெரியும் முகத்துடனும் மீராபாய் ரத்னாபாயுடன் இடைவெளிவிடாமல் நடந்து போவாள். தன் பெண்ணைக் கல்யாணம் செய்துகொள்ளச் சில டாக்டர்களும் இன்ஜினியர்களும் முன்வந்துள்ளனர் என்றும், தான் இன்னும் எந்த முடிவும் எடுக்கவில்லை யென்றும் மீராபாய் அடிக்கடி சொல்லிக்கொண்டிருந்தாள். இது உண்மையா இல்லையா என்பது தெரியாது. ஆனால், தபாலில் ரத்னாபாய்க்குக் காதல் கடிதங்கள் வந்தன. அக்கடிதங்களை ரத்னாபாயின் தாயாரே தபால் சேவகனிடமிருந்து பெற்று, படித்து, சந்தோஷப்பட்டு அவற்றை மறைவாக வைத்துக்கொண்டாள். எங்கள் ஊரில் அந்தக் காலத்திலிருந்த பெரிய வீட்டுப் பிள்ளைகளில் அநேகர் அவளுக்குக் காதல் கடிதங்கள் எழுதியிருக் கிறார்கள். ரத்னாபாய் ஒரு ஆங்கிலப் பிரியை என்ற செய்தி அப்போதே அடிபட்டுக் கொண்டிருந்ததால், ஒவ்வொருவரும் தங்களுக்குத் தெரிந்த கடுமையான ஆங்கில வார்த்தைகளை எல்லாம் தாங்கள் எழுதிய காதல் கடிதங்களில் திணித்து, அதற்குமேல் தங்களுக்குத் தெரிந்த ஆங்கிலக் கவிதைகளையும் சேர்த்திருந்தார்கள். இவ்வாறு காதல் கடிதங்களை எழுதியுள்ள பையன்களில் எந்தப் பையனைத் தேர்ந்தெடுப்பது புத்திசாலித்தனமானது என மீராபாய் டீச்சர் தனது மனத்தில் ஓயாமல் கணக்குப் போட்டு வந்தாள். அவள் மனத்தில் தன் பெண்ணுக்குத் தெரியாத பெரிய பிரச்சினையாக இது வளர்ந்து வந்திருந்தது. நாள் போகப்போக இந்தப் பிரச்சினையின் தீவிர நிலை தளர்ந்தது. இதற்குக் காரணம், ரத்னாபாய்க்குக் காதல் கடிதங்கள் எழுதிய பையன்களில் அநேகர் தங்கள் படிப்பை முடித்துக்கொண்டு தங்கள் மாமன் மகளையோ அல்லது அத்தைப் பெண்ணையோ அல்லது தாய் தகப்பன் தேடிச் சேர்த்த வேறு உறவுப் பெண்ணையோ கட்டிக்கொண்டு பம்பாய், கல்கத்தா என்று மறைந்தார்கள். இந்த இளைஞர் களில் யாரையாவது, விடுமுறை நாட்களில் எங்கள் ஊர் திரும்பும்போது மனைவி சகிதம் மீராபாய் டீச்சர்

பார்த்துவிட்டால், அன்று இரவு ரத்னாவிடம், "அந்த மயில் வீட்டுக்காரர் பிள்ளை அவன் பெண்டாட்டியைக் கூட்டிக்கொண்டு போகிறான், பார்த்தேன். இதைவிட அவன் ஒரு கருங்குரங்கைக் கட்டிக்கொண்டிருக்கலாம்! வெட்கம் கெட்ட பயல்" என்று திட்டுவாள். "அம்மா, அவர் பெண்டாட்டி எப்படி இருந்தால் நமக்கு என்ன? எனக்கு வம்பு பிடிக்காது" என்பாள் ரத்னாபாய். "உன் புத்திக்குத்தான் யாரும் உன்னைக் கட்டிக்கொள்ள வர வில்லை" என்று கொதிப்பாள் தாயார். "அது உன்னுடைய பிரச்சினை அல்ல; என்னுடையது" என்று ஆங்கிலத்தில் பதில் சொல்லுவாள் ரத்னாபாய்.

ரத்னாபாய்க்கு அவளுடைய நெருங்கிய தோழிகள் பலரைப் போல் ஆங்கிலம் எடுத்து எம்.ஏ. சேர முடியாமல் போயிற்று. "நாங்கள் படித்து எதற்குடீ? நீ அல்லவா படிக்க வேண்டும்" என்றார்கள் தோழிகள். "கடன்காரங்க கத்துவதை நீ ஏன் பொருட்படுத்த வேண்டும்? கத்துவாங்க; நீ படி. நான் படிக்க வைக்கிறேன் உன்னை" என்றாள் மீராபாய் டீச்சர். பிடிவாதமாய் பி.டி. படித்து ஆசிரியை ஆனாள் ரத்னாபாய்.

'எம்.ஏ. படிக்க முடியாமற்போனதுதான் எனது கேடு காலத்தின் ஆரம்பம்.' இந்த ஆங்கில வாக்கியத்தைப் பல தடவை ரத்னாபாய் பின்னால் சொல்ல நேர்ந்தது. ரத்னாபாய்க்கு வயதாகிக்கொண்டிருப்பது இப்போது அவள் முகத்தில் தெரிந்தது. "என்ன, ஏதாவது பார்த்தாயா?" என்று தெரிந்தவர்கள் கேட்பதைச் சகித்துக்கொள்ள முடியாமல் மீராபாய் டீச்சர் வெளியே போவதைக் குறைத்துக்கொண்டாள். இந்த விசாரிப்புகளில் லேசான பரிகாசம் கலந்திருப்பதையும் இப்போது அவளால் உணர முடிந்தது. "எந்த டாக்டருக்கும் அதிருஷ்டம் அடிக்கவில்லையா இன்னும்?" என்று மீராபாயிடம் சக ஆசிரியைகள் கேட்டுக்கொண்டிருந்தனர். "எனது திருமணத்தை ஒரு சமூகப் பிரக்ஞையாக்கிவிட்டாய். இது நீ எனக்கு இழைத்த மாபெரும் தீங்கு" என்றாள்

ரத்னாபாய் தன் தாயாரிடம். "இப்போதெல்லாம் நீ பேசுவதே எனக்குப் புரியமாட்டேன் என்கிறது. நீ வேறு யாரோ மாதிரி பேசுகிறாய்" என்றாள் மீராபாய் டீச்சர்.

அநேகமாக ஒவ்வொரு நாளும் ரத்னாபாய் பள்ளிக்கூடம் போகும் வழியில் ஜாண்சனைப் பார்ப்பது வழக்கம். பல் ஆஸ்பத்திரி முன்னால் லுங்கியைக் கட்டிக்கொண்டு அவன் சந்தோஷமாக நின்றுகொண்டிருப்பான். காலையில் அவள் பள்ளிக்குப் போகும்போது, அவன் தன்னுடைய பழைய மாடல் குட்டிக்காரைக் கிளப்ப முயன்றுகொண்டிருப்பான். நாலைந்து கூலிச் சிறுவர்கள் பின்னாலிருந்து தள்ளுவார்கள். கார் கிளம்பியதும் அத்தனை சிறுவர்களும் கார் கதவைத் திறந்துகொண்டு உள்ளே சாடி ஏறி விழுவார்கள். கார் ஒரு ரவுண்டு சுற்றிவிட்டு வந்து ஆஸ்பத்திரி முன் நிற்கும். "அந்தச் செய்கை – அதில் நான் கண்ட எளிமை – அந்த ஏழைச் சிறுவர்களும் உங்களை அன்னியோன்னியமாக பாவித்த விதம் – அதற்காக உங்களை நேசித்தேன்" என்று ஆங்கிலத்தில், திருமணம் முடிந்த அன்று இரவு ஜாண்சனிடம் சொன்னாள் ரத்னாபாய். "உன்னைவிடவும் அழகாக இருக்கிறது உன் ஆங்கிலம்" என்றான் ஜாண்சன்.

ஜாண்சனுடன் வாழ்க்கையைப் பகிர்ந்துகொள்ளுவது சாத்தியமில்லை என்பது ஒரு சில வாரங்களிலேயே ரத்னாபாய்க்குத் தெரிந்துபோயிற்று. அன்றாடம் அவன் குடித்தான். கிடைக்கும் சந்தர்ப்பங்களில் எல்லாம் நண்பர்களுடன் வேட்டைக்குச் சென்றான். மனைவி, வீடு எனும் உணர்வுகள் அவன் ரத்தத்தில் கிஞ்சித்தும் கிடையாது என்பது ரத்னாபாய்க்கு உறுதியாயிற்று. "நான் ஒரு பொறுக்கி. என்னை நீ கட்டுப்படுத்த முடியாது. நீ சீமாட்டி என்றால் உன் அம்மாவிடம் போய் இரு" என்று குடிவெறியில் கத்துவான் ஜாண்சன். "நீர் ஒரு எளிமையான மனிதர் என்று நினைத்து நான் ஏமாந்துபோய்விட்டேன். வாழ்க்கை எவ்வளவு பயங்கரம்" என்றாள் ரத்னாபாய். "உன்

ஆங்கிலத்தை நான் வெறுக்கிறேன்" என்று கத்துவான் ஜாண்சன்.

அன்று பேங்கில் அவள் எதிர்பாராத செய்தி கிடைத்தது. புதன்கிழமை மட்டும்தான் தங்கத்தின் பேரில் பணம் கடன் கொடுப்பார்களாம். ரத்னாபாய் ஜவுளிக்கடைக்குச் சென்றாள். பட்டுச்சேலைகளை எடுத்து வைத்துவிட்டு, கையிலிருக்கும் சிறு தொகையை முன் பணமாகக் கொடுத்துவிட்டுப் போனால், பின்னால் பேங்கிலிருந்து பணம் பெற்றுப் பாக்கியை அடைத்து, சேலைகளையும் எடுத்துச் சென்றுவிடலாம் என்று எண்ணினாள். கடைப்பையன்கள் முன்னால் வந்து நின்றதும், "அன்று நான் எடுத்துக்கொண்டு போன மாதிரி சேலை வேண்டும்" என்றாள். அவள் மனம் குறுகுறுத்தது. "கடவுளே, எதற்காக இப்படி நான் சொல்கிறேன்? எனக்கும் புத்தி பேதலித்து விட்டதா" என்று மனதிற்குள் முணுமுணுத்துக் கொண்டாள். பையன்கள் விழிக்க ஆரம்பித்தார்கள். ஒவ்வொருவராய் வந்து அவளைப் பார்த்துவிட்டுப் போனார்கள். "யார்ரா அண்ணைக்குக் கொடுத்தது?" என்று முதலாளி அதட்ட ஆரம்பித்தார். 'நான் எடுக்காத சேலையை எப்படி இவர்கள் காட்ட முடியும்? இதற்கு மேலும் இவர்களை தண்டிப்பது என்னைப்போன்ற ஒரு ஸ்திரீக்கு அழகல்ல' என்று ரத்னாபாய் ஆங்கிலத்தில் நினைத்துக்கொண்டே, "நல்லதா எதையாவது காட்டுங்கப்பா!" என்றாள். 'எனக்கு புத்தி பேதலித்துவிட்டது. கற்பனையே நிஜம் என்று நம்ப ஆரம்பிக்கிறேனா?' பையன்கள் பட்டுச்சேலையை எடுத்து வர அறைக்குள் சென்றார்கள். "உண்மையில் அப்படி எழுதியிருக்க வேண்டிய அவசியமில்லை. அதிலும் என் அருமை அம்புவுக்கு" என்று ரத்னாபாய் மனத்திற்குள் சொல்லிக்கொண்டாள். அகஸ்மாத்தாய்ப் படிக்க நேர்ந்தது அந்த ஆங்கிலக் கவிதையை. அற்புதமான கவிதை. ஒவ்வொரு வார்த்தையும் வைரத் தோட்டில் பதித்த கற்கள் மாதிரி இருந்தது. அதில் சில வார்த்தைகள் ரத்னாவிடம் ஏதோ விதமான மயக்கத்தை ஏற்படுத்திற்று.

அந்த வார்த்தைகளைப் பயன்படுத்தி ஒரு பட்டாடையை வருணித்தால் வர்ணனை மிக அற்புதமாய் அமையும் என்று அவளுக்குத் தோன்றிற்று. அந்த வருணனையை அன்றே – அப்போதே – அம்புவுக்கு எழுதுவதை அவளால் கட்டுப்படுத்த முடியவில்லை. "பொல்லாத பொறிதான் அது" என்று ரத்னாபாய் முணுமுணுத்தாள். "அது சரி, எடுக்காத சேலையை எடுத்ததாக இப்போது நான் ஏன் சொல்லுகிறேன். எதற்காக? ரத்னா, சொல்லு, எதற்காக?" என்று ரத்னா கேட்டுக்கொண்டாள். சேலைகளைக் கவுண்டரில் பரப்பிவிட்டார்கள். "எதைத் தேர்ந்தெடுப்பது? அம்பு, உனக்கு எது பிடிக்கும்? உன் சிநேகிதிகளுக்கு எது பிடிக்கும்? உன் சிநேகிதி ஆங்கிலத்தில் ஒரு மேதை; ஒப்புக்கொள்கிறோம். ஆனால் புடவை தேர்ந்தெடுப்பதில் அவள் ஒரு அசடு என்று அவர்கள் உன்னிடம் சொல்லும்படி ஆகுமா? அல்லது ஆங்கிலத்தில் வெளிப்பட்ட ருசி புடவைத் தேர்வில் அழுத்தம் பெறுகிறது என்பார்களா? பின்வாக்கியத்தை அவர்கள் சொல்லவேண்டுமெனில் நான் தேர்ந்தெடுக்க வேண்டிய சேலை எது? எனக்கு ஏன் இன்று ஆங்கில வார்த்தைகள் அதி அற்புதமாய் ஓடிவருகின்றன? அம்புவுக்கு ஒரு நீண்ட கடிதம் எழுதுவதற்கான வேளை நெருங்கிவிட்டதா?" மூன்று சேலைகளைத் தேர்ந்தெடுத்தாள் ரத்னாபாய். புதன்கிழமை காலையில் மீதிப் பணம் தந்து எடுத்துக்கொள்வதாய்க் கடைமுதலாளியிடம் சொல்லி, சிறிது முன்பணமும் கொடுத்துவிட்டு வெளியேறினாள்.

அன்று இரவு ரத்னாபாய் அம்புவுக்கு ஒரு நீண்ட கடிதம் எழுதினாள். அதன் கடைசி பாராவில் "சேலைகள் எடுத்து அனுப்பிவிட்டேன். உனக்கும் உன் சிநேகிதிகளுக்கும். நீயும் உன் சிநேகிதிகளும் அதைக் கட்டிக்கொண்டு கல்லூரி முன்னால் (அதன் வெளிச்சுவர், கல்லால் எழுப்பப் பட்டது) நிற்பதாய் கற்பனையும் பண்ணியாயிற்று. ஒன்று சொல்லிவிடுகிறேன். நீ உன் சேலைக்குப் பணம் அனுப்பினால் எனக்குக் கெட்ட கோபம் வரும். எனக்குத் தரவேண்டியது உன் புகைப்படம், அந்தப் புடவையில்.

ஐயோ! என் சிநேகிதிக்கு என்னால் நஷ்டம் என்று இளைத்துப்போய்விடாதே. இங்கு பிள்ளைகள் தோற்றுக் கொண்டுதான் இருக்கிறார்கள். பல்வலிக்கும் குறைவில்லை" என்று எழுதியிருந்தாள்.

தான் எழுதிய கடிதத்தை ஏழெட்டுத் தடவை படித்துப் பார்த்தாள் ரத்னா. அவளுக்கு ரொம்பவும் பிடித்திருந்தது. "பாஷை ஒரு அற்புதம். கடவுளே உனக்கு நன்றி" என்றாள். "இதைவிட்டால் எனக்கு வேறு எதுவுமில்லை" என்றாள். மீண்டும் கண்ணாடி முன் நின்று சிறு அபிநயத்துடன் அந்தக் கடிதத்தைப் படித்தாள்.

புதன்கிழமைக் காலையில் பேங்குக்குப் போகவேண்டும் என்ற சிரத்தையே ரத்னாபாய்க்கு ஏற்படவில்லை.

அஃக், 1976

குரங்குகள்

குரங்குகளின் துஷ்டத்தனம் பொறுத்துக் கொள்ள முடியாததாகிவிட்டது. ஒவ்வொரு நிமிஷமும் அவற்றின் இருப்பை பிரக்ஞையில் வைத்துக்கொள்ள வேண்டும் என்றாகிவிட்டது. அசந்தால் போச்சு. ஒரு கணம் தப்பினால் போச்சு. இரவாவது நிம்மதியாகத் தூங்குமா அதுகள்? நேரம் வீணாகிவிடுமே. எவ்வளவு விஷமங்கள் பாக்கி கிடக்கு!

சமீப காலமாகத்தான் இப்படிக் கிளம்பி விட்டன இவை. எல்லாம் கூடிப் பேசிக் கொண்டு, ஊர்க்காரர்களை விரட்டிவிடலாம் என்ற தீர்மானத்திற்கு வந்துவிட்ட மாதிரி, விஷமங்களில் இறங்கிவிட்டன. கொடியில் துணி உலர்த்த முடியாது. பற்றுப் பாத்திரத்தை வெளியே போட முடியாது. வாளியையும் கயிறையும் ஒவ்வொரு தடவையும் உள்ளே கொண்டு வைக்க வேண்டும். ரொம்பவும் இம்சைதான். "எங்கள் ஞாபகத்தில் ஒருபோதும் இந்தத் தொந்தரவு இருந்ததில்லை" என்று வயதானவர்கள் சொன்னார்கள். அப்போது அவை இப்படிப் பெருத்திருக்கவும் இல்லையாம்.

தங்கள் கீர்த்திக்கு ஹானி வந்துவிடக் கூடாதே என்ற கவலையில் செய்வது மாதிரி, அப்போதெல்லாம் சின்ன விஷமங்கள் செய்துவைக்குமாம்.

குரங்குகள் விஷமங்கள் செய்ய வேண்டியவைதாம். விஷமங்களைப் பூராவும் விட்டுவிட்டதென்றால் ஒவ்வொன்றும் வைதவ்யத்திற்கு ஒப்புக்கொடுத்தமாதிரி ஆகிவிடும். அவற்றைப் பார்க்கவே சங்கடமாய்ப் போய் விடும். 'விஷமம் செய்' என்றுதான் கடவுள் அவற்றிடம் சொல்லியிருக்கிறார். இல்லையென்றால் அதன் உறுப்பின் ஒவ்வொரு பகுதியும், இப்படி விஷமத்தைக் கடைந்தெடுத்த சாரத்தால் செய்திருக்க வேண்டியதில்லை.

ஆனால் எதற்கும் ஒரு வரன்முறை இருக்கிறது. கொஞ்சம் பொறுத்துக்கொள்ளலாம். அவையும் ஜீவன்கள். கூடக் கொஞ்சம் பொறுத்துக்கொள்ளலாம். லபக்கென்று பிடுங்கிக்கொண்டோ எடுத்துக்கொண்டோ ஓடுவதிலிருந்தும், எதிர்பாராத நிமிஷத்தில் குதித்து இறங்குவதிலிருந்தும், ஊர்வாசிகளை அற்பமாய் நினைத்து வலித்துக் காட்டுவதிலிருந்தும் அவற்றை இப்போதைக்கெல்லாம் பின்திரும்பச் செய்ய முடியாது. அவை அவற்றின் காரியங்களில் ஊறிப்போய், அக்காரியங்களிலிருந்து செய்யப்பட்டவை.

இந்த அழகில் குரங்குகள் அவற்றின் கோணல்களை விருத்தி செய்ய வேறு ஆரம்பித்துவிட்டால் விபரீதம்தான். அபாய எல்லைகளைத் தாண்டிச் சென்றுகொண்டிருந்தன விஷமங்கள். குளிக்கும் பெண்களை அவை எட்டிப் பார்ப்பதாக ஒரு பேச்சு கிளம்பிற்று. முதலில் இதை யாரும் நம்பவே இல்லை. தற்செயல் நிகழ்ச்சியைக் காரணபூர்வமாக்கி விட்டார்கள் என்றுதான் எண்ணினார்கள். குளிக்கும்போது வயசுப்பெண்களுக்கு யாரோ பார்த்துவிட்டதுபோல் சந்தேகம் தட்டுவது சகஜம் என்றார்கள். ஆனால் இந்தச் சமாதானங்கள் ஒருசில நாட்களில் குலைய ஆரம்பித்து விட்டன. கிராமத்திலேயே மிக அழகான பெண் ஸ்நான

அறையிலிருந்து அம்மணமாக ஓடிவரும்படி ஏற்பட்டு விட்டது. பளிங்கும் கனவும் குழைத்துச் செய்யப்பட்டிருந்த அவளுடைய சிறிய முலைகளில் சிறிய நகப்பிராண்டல்கள் இருந்ததாம்.

ஊரின் மொத்த ரத்தமும் கொதிக்க ஆரம்பித்துவிட்டது. 'இப்படியும் உண்டா? கேள்விப்பட்டதே இல்லையே' என்று கொதித்தார்கள். பிராணிகளின் பழக்கஇயல் பற்றி வாசித்திருந்த இளைஞர்கள், விலங்கியலில் இதற்கு ஆதாரம் இல்லை என்றார்கள். குரங்குகளுக்கு இக்குணம் ஏற்படும் என்றும் வடமொழியில் ஒரு பெரிய கவி இதுபற்றிப் பாடி இருக்கிறான் என்றும் பண்டிதர் சொன்னார். "அறிஞர் களுக்கு அல்ல; கவிஞனுக்கே இந்த நுட்பம் தெரியும்" என்றார் அவர். குரங்குகளின் இயற்கையான குணம் அல்ல இது என்றும், நீண்டகால மனித சகவாசத்தால் அவற்றின் மனத்தில் ஊறும் புதிய ரசம் இது என்றும் கவிஞன் நேராகச் சொல்லாமல் தொனித்திருப்பதாக அவர் சொன்னார். அப்படியானால் பெண்களைக் குரங்குகள் பிடுங்கிக்கொள்ளும் காலம் வருமோ என்ற சந்தேகம் ஆண்கள் மனத்தில் ஊசலாட ஆரம்பித்தது.

உண்மையில் அவற்றிற்கு இந்தப் புத்தி ஏற்பட்டிருக்க வேண்டியதில்லை. அவை கூடிவாழ்ந்த இடம் மனோரம்மியமானது. பழையாற்றின் கரை. கட்டைவிரல் போல் நகரைவிட்டு விலகியும் ஒட்டியும் இருந்த இடம். தட்பவெட்பநிலைகள் வெகு இதமாக இருந்தன. சிவன் கோயில் பின்புறம் அரளிக்காடு, பலாமரங்கள். சன்னதித்தெருவின் ஒரு வரிசையின் பின்பக்கம் தென்னந்தோப்பு. அதன்பின் வாய்க்கால். அதன்பின் மிஷன் ஆஸ்பத்திரி வரையிலும், அப்பால் மலையடி வாரம் வரையிலும் வயல்வெளிகள். பரவசத்தால் குனியும் பயிரின் தலையைக் கோதிக்கொண்டு காற்று ஓடுவதை எப்போதும் பார்க்கலாம். தெருவோரம் நீராழி, அதையடுத்துச் சில காலிமனைகள். பின் மீண்டும் மரக் கூட்டம். ஆற்றின் கரை வரையிலும், வெகு அழகான

செழிப்பான ஊர். அங்கு சில்லறை விஷமங்களுடன் சில்லறைத் திருட்டுக்களுடன் அவை சந்தோஷமாக வாழலாம். அப்படித்தான் வெகுகாலமாக வாழ்ந்துவந்து கொண்டிருந்தன. சந்தோஷத்தின் ஒரு பகுதியாக, லாவக அசைவுகள் மூலம் மனித மனத்திற்கு எப்போதும் ஒரு கிளுகிளுப்பைத் தரக்கூடியவைகளாக, அசௌகரியத்தின் ஒரு பகுதியாக அவற்றை ஊர் ஏற்றுக்கொண்டுதான் இருந்தது. அவைகளும் அங்கு வந்து களித்துக்கூடி விருத்தியாகி, எத்தனையோ காலம் ஆகிவிட்டது. அப்படியே தொடர்ந்து போயிருக்கலாம்.

ஊர்வாசிகளை மனவருத்தம் கொள்ளும்படிச் செய்து விட்டன அவை. இவ்வளவு ஆழ்ந்த வருத்தத்திற்கு அவர்களை ஆளாக்கிவிட்டோம் என்பதுகூட அவற்றிற்குத் தெரியும் என்று தோன்றவில்லை. தங்கள் விஷமம் அவற்றிற்குத் தெரியாதது போலவே பிறர் வருத்தமும் அவற்றிற்குத் தெரியவில்லை. ஒருக்கால், ஊர்வாசிகள் அவற்றால் படுத்தப்பட்டுக்கொண்டிருந்ததுபோல், விஷமங்களால் அவையும் படுத்தப்பட்டுக்கொண்டிருந்தனவோ என்னவோ!

இதுவரையிலும் என்ன என்ன செய்யும் என ஊர்வாசிகள் புரிந்துவைத்திருந்தார்களோ, அநேகமாய் அவற்றையே அவை செய்துவந்தன. தற்காத்துக்கொள்ளவும், விட்டுக்கொடுக்கவும், சிலபோது எதிர்க்கவும்கூட இப்புரிதல் அவர்களுக்கு உபயோகமாய் இருந்தது. இப்போது இந்த வாழ்க்கைநெறியிலிருந்து அவை சரிய ஆரம்பித்துவிட்டன. சரிவுகள், சரியும் நேரத்தில் உணரத் தக்கவை அல்ல போலும். எந்தப் பண்டத்தை அவர்கள் இறுகப் பற்றிக் கடைவாயில் சதா எச்சில் வழியும்படித் தின்றுகொண்டிருந்தார்களோ, அந்தப் பண்டத்தில் கைவைக்கும் பயங்கரம் தங்களுக்குள் வளர்ந்துகொண்டிருப்பது அவைகளுக்குத் தெரியவில்லை. இளம்பெண்கள் ஒரு கோயில் குளம் என்று போய் வருவது நிம்மதிக் குறைவான காரியம் ஆகிவிட்டது. அசைவில் மார்புத் துணி சற்றே விலகும்போதுகூட அவை உற்றுப்பார்க்க ஆரம்பித்துவிட்டன. அம்மணத்தை

ஆண்களுக்குக் காட்டியிருந்த பெண்கள், அந்நேரத்திய மனிதப் பார்வையைக் குரங்குகளின் கண்களில் கண்டு திடுக்கிட்டார்கள். தங்களை ஆடைகளைத் தவிர்த்து அவை பார்க்கும் பார்வையின் பச்சை அவர்களுக்கு நிச்சயமாகி விட்டது.

குரங்குகளை ஒழிப்பதற்கான அந்த உபாயம் எப்படி அவர்களுக்குத் தெரியவந்தது என்பதை இப்போது யாருக்குமே சரியாகச் சொல்லத் தெரியவில்லை. யாரோ ஒரு பைராகி – சிவன்கோவில் மண்டபத்தில் சோம்பிக்கொண்டிருந்தவன் – தன்னிடம் சொன்னான் என நாலைந்து பேர்கள் உரிமை கொண்டாடினார்கள். பைராகி அல்ல, பாம்பாட்டி என்றும் ஒரு பேச்சு இருந்தது. எப்படி இருப்பினும், மிக அவசியமான ஒரு உபாயம், மிக நெருக்கடியான நேரத்தில் அவர்களை வந்தடைந்துவிட்டது. அதைப் பயன்படுத்திப் பார்க்கவேண்டும். பயன்படுத்தினால் வெற்றி கிடைக்குமா என்று பார்க்க வேண்டும்.

இதற்கு முன்னும் சில நாடோடி உபாயங்களையும் ஆயுதங்களையும் தந்திரங்களையும் அவர்கள் கையாண்டு பார்த்துதான் இருந்தார்கள். சொல்லும்படிப் பிரயோசனம் ஒன்றிலும் கிடைக்கவில்லை. குளுவர்களைக் கொண்டு கல்கட்டி நாண் எறியச் செய்தார்கள். சிறுவர்களும் இவர்களுடன் சேர்ந்துகொண்டு கல்லெறிந்தார்கள். பயங்கர வெறியுடன், அட்டகாசத்துடன், பசி வருத்தும் பிரக்ஞைகூட அற்று, ஓட ஓட எறிந்தார்கள். விஷமம் எனச் சிறுவர்கள் ஒளிந்துசெய்த ஒரு காரியத்திற்கு, பெரியவர்களின் வெளிப்படையான ஊக்கம் பெற்ற சந்தோஷத்தில் மதி மயங்கி, அவர்கள் குரங்குகள் மீது கற்களை வீசினார்கள். "ஜீவ ஹிம்சை வேண்டாண்டா" என்று ஒரு பாட்டிகூட பிரலாபிக்கவில்லை. சிறுவர்கள் கத்திப் பின் தொடர, குளுவர்கள் தென்னந்தோப்புகளிலும் வாழைத் தோட்டங்களிலும் புகுந்து குரங்குகளைக் கற்களால் தாக்கினார்கள்.

ஊர் பார்த்துக்கொண்டிருந்தது. இந்தக் கூட்டத் தாக்குதலில் அதிர்ச்சியடைந்து, காயங்களில் ரத்தம் கசிய, கத்தி, சபித்து, பின் திரும்பி வலித்துக்காட்டிவிட்டு ஓடின குரங்குகள்.

அவை வெகுகாலத்திற்கு முன்னால் உலக்கை அருவியிலிருந்து இறங்கி, சிற்றூர்கள்தோறும் பரவி, இங்கும் வந்து சேர்ந்தவை. காலத்தால் மறைந்துபோன வந்த பாதையின் உள்ளுணர்வுகள், நெருக்கடியில் மீண்டும் தளிர்த்தது போல், வந்த பாதை நோக்கி அவை ஓடின. அவற்றின் முன்னோர்கள் வந்த அப்பாதை வழி அவை மிகுந்த கோபத்துடன், ஆக்ரோஷத்துடன், மனிதனின் சில அங்க அசைவுகளைப் போலிசெய்து கேலிகாட்டி, நின்று, பின் திரும்பி மீண்டும் வலித்துக்காட்டிவிட்டுச் சென்றன. வயல்வெளிகளில் அடிவானத்தைப் பார்த்து அவை விரைந்துகொண்டிருந்ததைத் தென்னந்தோப்பில் நின்று ஆண்களும் பெண்களும் பார்த்தபோது, கம்பிளிப் போர்வையின் பெரிய சுருட்டுகள் உருண்டு போவதுபோல் தோன்றின. அக்காட்சி சிறுத்த பின்பும், அந்த சந்தியா சமயத்தில் அவற்றின் கோபமும் கேலியும் கலந்த குரல் காற்றில் மிதந்துவந்துகொண்டிருந்தது. தோப்பில் இருள் கவிழ்ந்தபோது, "இனிமேல் இங்கு இருக்க முடியாது என்பதை அவை தெரிந்துகொண்டுவிட்டன" என்று அவர்கள் பேசிக்கொண்டார்கள்.

ஆனால், அவர்கள் எதிர்பார்ப்பு வீணாகிவிட்டது. ஒருசில நாட்களில் இரண்டொன்று தென்பட ஆரம்பித்தன. சத்தங்களும் கேட்டன. அவ்வப்போது கூரையின் மேல்புறமும் மரங்களின் பச்சை இலை இடுக்குகளிலும் அவை வெளிப்பட ஆரம்பித்தன. சிலநாட்கள் வரையிலும் பதுங்கியும் ஒளிந்தும் அவை ஊரைச் சுற்றி வந்தன. ஊர்வாசிகளை, அவை தங்கள் விரோதிகளாகப் பாவித்து விட்டது வெகு தெளிவாகத் தெரிந்தது. அவைகளின் உடம்புக் காயங்களும் சீழ்கட்டிப் புண்ணாகியிருந்தன.

ஆனால் அவர்களுடைய சங்கடத்தைக் கண்டு வருந்தி இயற்கை அளித்த பரிசு போல், ஒரு உபாயம் அவர்களைத் தேடி வந்துவிட்டது. வெற்றி தரும், நிச்சய பலனை ஏற்படுத்தும் உபாயம் இது. இப்போது அவை ஓடி ஒளிவது சாத்தியமில்லை. திரும்பி வருவதும் சாத்தியமில்லை. பூண்டோடு அழிந்துவிடப் போகின்றன அவை. ஊர்ப் பெரியவர்கள் கூடி யோசித்தார்கள். அமுல்படுத்தும் நேரத்தில் பிழைகளைத் தவிர்க்கும் காரியத்தை அவர்கள் நன்றாக யோசித்தார்கள். நேர்த்தியாக அவர்களால் செய்துவிட முடியும். எத்தனையோ சோதனைகளைத் தாண்டி வந்தவர்கள்தானே அவர்கள். ஆமாம், சோதனையில் வெற்றி கண்டவர்கள். அதிலிருந்தே பலம் பெற்றவர்கள்.

அன்று அதிகாலையில் இருந்தே வேலைகள் ஆரம்பமாகிவிட்டன. ஊருக்குள்ளிருந்தும் சுற்றுப்புறங்களிலிருந்தும் நீராழி, குளங்கள், ஓடைகள் சகல நீர் நிலைகளிலிருந்தும் எங்கெங்கிருந்து கிடைக்குமோ அங்கிருந்தெல்லாம் தண்ணீர்ப் பாம்புகளைப் பிடித்தார்கள். இந்தப் பாம்புகளைக் காகிதப் பொட்டலங்களாக, வெகுநேர்த்தியாக மடித்துக் கொண்டார்கள். கோவிலின் பின்னால் அரளிக் காட்டில், சன்னதித் தெருவின் பின்னால் தென்னந்தோப்பில், வாய்க்கால் ஓரங்களில், மிஷன் ஆஸ்பத்திரியின் முன்பக்கம் பரந்துகிடந்த வயல்வெளிகளின் வரப்புகளில், நீராழிக் கரையில், அதையடுத்த புளியந்தோப்பில், பழையாறுக்கு இட்டுச் செல்லும் பாதையோரங்களில், வாழைத் தோட்டங்களில் அவர்கள் நின்றுகொண்டிருந்தார்கள்.

குரங்குகளின் மனித ஆவலுக்கு ஒரு எல்லையே இல்லை. பொட்டலங்களில் அவை பார்வைகள் குத்தி விட்டன. அவற்றுள் என்ன? இனிமேல் தாண்டிப்போகவோ அலட்சியப்படுத்தவோ மறக்கவோ அவற்றால் முடியுமா? கண்களில் ஆவலின் ஒளி பொங்க, மிகுந்த ஜாக்கிரதை உணர்வுடன், அவை மனிதர்களை நெருங்கி வந்தன. மரங்களிலிருந்து மண்ணில் இறங்கின. ஊர் கூடி எறிந்த

கற்களின் காயங்கள் அவற்றின் உடம்பில் நன்றாகத் தெரிந்தன. மோசமான இடங்களில் கூட சீழ் கட்டிப் புண்ணாகி யிருந்தது. கண்ணோரங்களிலும் மர்ம உறுப்புகளிலும்கூட காயம் பட்டுப் புண்ணாகியிருந்தது. அக்காயங்களுடன் அவை மனிதர்களை நெருங்கி வந்து இருகால்களில் நின்று கெஞ்சும் பாவனையை முகத்தில் மிகையாகக் காட்டி அப்பொட்டலங்களைக் கை நீட்டி வாங்கிக்கொண்டன. கிட்டத்தட்ட ஏக காலத்தில் என்று சொல்ல வேண்டும். எல்லா இடங்களிலும் இந்த விநியோகம் நடைபெற்றது. இது முதல் வெற்றி. உபாயத்தின் பிற அம்சங்களும் அவர்கள் எதிர்பார்த்தது போலவே நடந்தன.

பொட்டலம் கைக்குக் கிடைத்ததும் யாருக்கும் அதைத் தரக் கூடாது என்ற எண்ணத்துடனும், யாரேனும் அதைப் பிடுங்கிவிடுவார்களோ என்ற பயத்துடனும், வெகு அவசரமாக மரக் கிளைகளில் தாவி ஏறிப் பொட்டலத்தை மனிதனைப் போலவே விரல்களை அசைத்துப் பிரித்தன. பிரித்த நிமிஷத்தில் உடம்பில் மின்சாரம் ஊடுருவித் தாக்கிற்று. மறுகணம் வெடுக்கென்று பாம்பின் வாயை விரல் களால் அள்ளிப் பிடித்துக்கொண்டு கத்த ஆரம்பித்தன. உபாயம் பூரண வெற்றி அடைந்துவிட்டது.

அன்று காலை எட்டு மணிக்கெல்லாம் தோப்பிலிருந்தும் அரளிக் காடுகளிலிருந்தும் வயல்வெளிகளிலிருந்தும் பழையாற்றுக்குப் போகும் பாதைகளிலிருந்தும் குரங்குகளின் கூட்டக் கத்தல்கள் எழுந்தன. மூன்று நாட்கள் அக்கத்தல்கள் ஓயவில்லை. அந்த ஊர் கொஞ்சம் கலங்கத்தான் செய்தது. அடிவயிற்றைத் திருகும் கத்தல் அது. அவை ஒரு நிமிஷம் ஓயாமல், நிலை கொள்ளாமல் கிளைக்குக் கிளை தாவின. அவற்றின் அலைக்கழிப்பை யாராலும் நின்று பார்க்க முடியவில்லை. வீட்டுக்குள் எல்லோரும் ஒடுங்கிக்கொண்ட மாதிரி இருந்தது. அறியாது விழுங்கிவிட்ட கண்ணாடித் துகள்கள் ஜீரண உறுப்புகளைக் கிழிப்பது மாதிரி அவை கத்தின. ஆனால் அப்போதும் பிடி தளரவே இல்லை.

கைப்பிடிப்பை மீண்டும் ஒரு தடவை அவை பார்க்கக்கூட இல்லை. கண்களை இடுக்கிக்கொண்டு, வானக் கூரையைப் பார்க்க முகத்தை உயர்த்தியபடிக் கத்தின. நாலாவது நாள் அநேகக் கத்தல்கள் ஓய்ந்திருந்தன. ஒருசில கத்தல்கள் மட்டும் ஹீனசுரத்தில், வயோதிக நோயாளியின் அந்திம காலத்தில் வெளிப்படுவது போல் கேட்டுக்கொண்டிருந்தன.

சன்னதித் தெருவில் தென்னந்தோப்புகளைக் கொல்லையில் கொண்ட வலது பக்க வரிசையில், கோவிலோரம் மூன்றாவது வீட்டில் பண்டிதர் குடியிருந்தார். அவருக்கு வயோதிகம். அதோடு, மூச்சுப் பேச்சில்லாமலும் அன்ன ஆகாரம் இல்லாமலும் நாட்கணக்கில் படுக்கையில் விழுந்து கிடப்பார். சுவாசம் மட்டும் சீராக ஓடிக்கொண்டிருக்கும். அவருடைய வீட்டுக்காரர்கள் உள்ஜுரம் என்றார்கள். அன்று காலையில் அவர் கண் விழித்தார். வெகு இதமாக இருந்தது அவருக்கு. மூளை வெகு குளிர்ச்சியாக, மனம் அகண்ட பள்ளத்தாக்கின் மூலையில் தேங்கிய சிறு குட்டையாக ஜில்லென்றிருந்தது. அப்போது அவர் காதில் அந்த ஹீனசுரம் கேட்க ஆரம்பித்தது. அவர் எழுந்திருந்து மெதுவாக நகர்ந்து கொல்லையில் இறங்கினார். சத்தமே இல்லை – அந்த ஹீனசுரத்தைத் தவிர. இரண்டு எட்டுகள் நடந்ததும் அதிர்ச்சியுற்று நின்றார். ஒரு குரங்கு இறந்து கிடந்தது. சிறிது பார்வையைத் திருப்பியபோது, தொலைவில் மற்றொன்று. பின் அங்கும் இங்குமாகப் பல குரங்குகள். “அட ஜீவன்களா, உங்களுக்கு என்ன ஆச்சு?” என்று அவர் வாய்விட்டுக் கேட்டார். அந்தக் கேள்விக்குப் பதில் சொல்ல அங்கு காற்றுக்கூட இல்லை. அந்த ஹீனசுரத்தின் ஊற்றைத் தேடி, அலங்கோலங்களைத் தாண்டியவாறே, அவர் கோவிலின் பின்பக்கம் சென்றார். வெளிப் பிரகாரத்தில், கல் தளத்தின் ஓரத்தில், அரளிச்செடியின் அடியிலிருந்து அந்த ஹீனசுரம் வந்துகொண்டிருந்தது. அந்தப் பெரிய குரங்கை அவருக்கு நன்றாகத் தெரியும். பத்துப்

பதினைந்து வருடங்களாகவே தெரியும். அவர்களுக்குள் ஒரு அன்னியோன்னியம் ஏற்பட்டிருந்தது. "என்னாச்சு உனக்கு? என்னாச்சு?" என்று கிழவர் கேட்டார். தன் பெரிய உடம்பின் முதுகு பூராவையும் மண்ணில் பரப்பி, அடிவயிற்றின் பூ மயிரில் ஒளிக்கிரகணங்கள் படும்படிக் கால்களை ஆகாசத்தைப் பார்க்கத் தூக்கிக்கொண்டிருந்தது அது. வால், ஈர நாடாபோல் மண்ணில் பதிந்துகிடந்தது. அதன் தொண்டை நரம்புகள் அறுந்துவிட்டன. வாய் ஓரங்களிலும் நாசித் துவாரத்திலும் ரத்தம் வழிந்து உறைந்திருந்தது. இடது கையில், முறிந்த வாழைத்தண்டு போல், ஒரு தண்ணீர்ப்பாம்பின் குறை உருவம் ஆடிக்கொண்டிருந்தது. கிழிந்து, துண்டு துண்டாக அறுபட்டுக் குறைந்து, பல்லியின் வால் அளவு தொங்கிக்கொண்டிருந்தது அது.

"அப்பா, உனக்கு எவ்வளவு பலம், எவ்வளவு அறிவு! இந்த சின்ன விஷயம் உனக்குத் தெரியலையா? பகவானே, என்ன மாயை!" என்று பிரலாபித்தார் கிழவர்.

சில வினாடிகளில் அந்த ஹீனசுரமும் ஓய்ந்தது. விறைப்புத் தளர்ந்து, உடம்பு குழைந்தது. கை விரல்கள் நிமிர்ந்தன. பாம்பின் சிதைந்த உருவம் நழுவிக் கீழே விழுந்தது.

***யாத்ரா*, 1978**

ஓவியம்

அபூர்வமான காலைநேரம். பிரபஞ்ச வெளியில் ஒரு குதூகலம் குமிழியிட்டுப் பொங்குவதை என்மனம் லேசாக உணர ஆரம்பித்தது. உந்துதலை நான் உணராது, என் உடல் தெருவில் இறங்கியிருக்க, விரைந்து செல்ல ஆரம்பித்தேன்.

முன்னிரவில் கூடிவிட்டிருந்த லகரியின் மயக்கத்தில் ஆழ்ந்ததுபோல் திக்கும் திசைகளும் காட்சிகளும் மயங்கிக்கிடந்தன. உக்கிரத்தில் சலித்து, தனது நிழலையே அனுப்பி வைத்துள்ளது இன்றைய சூரியன். மங்கல் ஒளியில் காட்சிகள் திரவ ரூபம் பூண்டு, என் மனத்தில் வழியும் உவகையும், அவற்றின் உறைந்த வெள்ளித் தன்மையும் ஏக காலத்தில் அனுபவமாயின. மண்வாடை துறந்த அநுபவங்களில் நகர்ந்துகொண்டிருப்பதாய்ப் பட்டது. காட்சிகளின் வனப்பும் லகரியும், பூமியைவிட்டு என்னைப் பிடுங்கும் கிளர்ச்சியும், கடவுள் கண்டுகொண்டிருந்த கனவை நான் விழிப்புடன் பார்த்துக்கொண்டிருப்பது போல் இருந்தது. அப்போது இந்த மழையும்

கூடியது. உண்மையில் மழை அல்ல, துளிகள்; தடிமன் துளிகள்; தடிமன் பேனாவை உதறியதுபோல். ஒவ்வொரு சொட்டும், சுக்காய் உலர்ந்துபோயிருந்த புழுதியைப் போர்த்திக்கொண்டு சுருண்டது.

அந்தக் கம்பீரமான பள்ளியின் வெளிக் கற்சுவருள் நுழைந்தேன். கம்பீரமே பள்ளிக்கூடமாய் எழுந்து நிற்கும் தோற்றம். நான் படித்த பள்ளி. கல்வியை வெறுக்க எனக்குக் கற்றுத்தந்த பள்ளி. ஞானத்தின் எலும்புக்கூடுகளை ஜீரணிக்கத் தெரியாமல் இன்றும் அது விழிக்கிறது.

கட்டிடத்தின் மேற்புறம், பூமி சரிந்து வழிகிறது. அதில் இறங்கி வலப்பக்கம் மேட்டில் ஏறிச் சமதளத்திற்கு வந்து, இனி அடுக்கடுக்காய் இறங்கும் கால்பந்தாட்ட மைதானங்களை நோக்கி விரைந்துகொண்டிருந்தேன். இந்நேரங்களில் பல சமயம் போலீஸ் வண்டிகள் விரைந்து புகுந்து, காக்கிகளை மைதானங்களில் சொட்டிவிட்டுப் போகும். பின் அவர்களின் உடற்பயிற்சி அட்டகாசக் கத்தல்கள் கட்டிடத்தில் எதிரொலித்து எங்கும் பரவும். இன்று தூசி கிளப்ப அவர்கள் வரும் சுவடு இல்லை. இன்றைய காலையின் மனோரம்மியம் அவர்களை முடக்கி விட்டது என்று தோன்றுகிறது.

அப்போது, அந்தப் பெரிய கால்பந்தாட்ட மைதானத்தில், தொலைவில், மூன்று பெண்கள் குறுக்காக வந்துகொண்டிருப்பது தெரிந்தது. மங்கல் ஒளி அவர்கள் மேல் என்ன ரகசியத்தைப் பூசுகிறது! இந்தப் பெண்கள் விரைந்துவரும் சாதாரணத்தில் எவ்வாறு இந்த அமானுஷ்யம் கூடிற்று என்பதைக்கூட யோசிக்கத் தெரியாமல் ஈர்ப்பில் கரைந்து நின்றேன். அந்தப் பெண்களில் ஒருத்தியும் அழகியல்ல என்று நான் நிச்சயமாய்ச் சொல்லக்கூடும். ஆனால் இப்போது அழகு தவிர வேறு எதுவும் அவர்களிடத்தில் இல்லவும் இல்லை. அதிகாலைக் குளியலில் அவர்கள் பெற்றிருந்த புத்துணர்வு, அடிமுடிச்சிட்டுத் தொங்கும் தலையின் ஈர

நைப்பு, சற்றே துவண்டுபோன – முன்மாலையில் வாங்கியது என எண்ணும்படி–பூவின் சரிவு, கை நெசவுச் சேலையின் மொடமொடப்பு, அவர்களுடைய கோணல்கள், ஒடிசல்கள், கருமைகள் எல்லாம் கூடிக் கலந்து என்னை ஆட்கொண்டன.

அவர்களுக்குச் சில எட்டுகள் முன்னால், மத்திய வயதைத் தாண்டிய, ஒடிசலான, கறுப்புத் தடிமன் கண்ணாடிச் சட்டம் அணிந்தவனும், ஒல்லிக் கைகளில் அதிக ரோமங்கள் கொண்டவனுமான ஒருவன் – கதர்ச்சட்டைக்காரன் – விரைந்து வந்துகொண்டிருந்தான். பெண்களை அழைத்துச் சென்றவன் இவன்தான் என்றாலும் வழி நடத்துபவனின் மானசீகத் தொடர்போ, பிரக்ஞையோ, கனமோ, விரைப்போ இன்றி லேசாக விரைந்துகொண்டிருந்தான். பின்தொடர்ந்தவர்களை முலைகளாய்க் காணாமல் ஜீவன்களாக உணரும் தகையை எய்திவிட்டான் என நான் நினைத்து, சுயவெறுப்பும், அவன் மீது மரியாதையும் கொண்டேன். அவனுடன் பேச – அப்போது அவர்களும் வந்து இணைந்துகொள்ள – என் மனம் துடித்தது. அன்றைய காலைப்பொழுதின் அழகுக்கு அனுசரணையாக அச்சந்திப்பு நிகழக்கூடும் என்றும், நிமிஷங்களே எனினும் அந்நிமிஷங்களுக்குள் கட்டுப்பட மறுக்கும் பிரியத்தை நாங்கள் ஒருவருக்கொருவர் கொள்ளக்கூடும் என்றும் நினைத்தேன். இவ்வெண்ணம் உருக்கொள்ள சற்றே பிந்திவிட்டது. நான் முடிந்த மட்டும் விரைந்தும் எங்கள் கோணங்கள் இணையாமல், அவர்கள் தாண்டிச்சென்றுவிட்டார்கள். என் இருப்பையும் அசைவையும் கவனிக்க நேராமல் அவர்கள் தாண்டிச் சென்றுவிட்டதானது எனக்கு விசனத்தைத் தந்தது.

பள்ளிக் கட்டிடத்தை இரண்டாவது – மூன்றாவது அல்லது நான்காவதாகக்கூட இருக்கலாம் – சுற்றிவரும் போது படபடவென்று புதிய காட்சிகள் தென்பட ஆரம்பித்தன. பல மாணவ மாணவிகள் கையில் பெரிய பலகைகளை ஏந்தியபடி தோன்ற ஆரம்பித்தார்கள்.

அவற்றை மார்பில் தழுவிக்கொண்டு வந்த சிலரின் முகமும் செருப்புக் கால்களுமே தெரிந்தன. பள்ளியின் இரண்டாவது மாடியில் என்னுடைய அந்தப் பிரத்தியேக இடத்துக்கு நான் செல்லக்கூடுமென்றால், பள்ளியின் மூன்று வாசல்கள் வழியாகவும், இவர்களின் தோற்றங்களிலும் ஆடைகளிலும் வேறுபட்ட வர்ணச் சேர்க்கையின் இயக்கத்தை வெகு நன்றாகப் பார்க்க முடியும். என் மனத்தில் இன்றும் ஒட்டிக்கொண்டிருக்கும் இடம் அது. ஆனால், மீண்டும் அந்த ஏணிப்படிகளில் ஏறிச் செல்ல என் பாதங்கள் தயங்கின.

இப்போது புகைமூட்டமாய் மனத்தில் சங்கடம் கவிந்து பரவுவதை உணர ஆரம்பித்தேன். இவர்களில் ஒருவனாக நானும் இருக்கலாகாதா என்ற எண்ணம் ஏற்பட்டு மனத்தை நெருட ஆரம்பித்தது. எவ்வளவு பெரிய அதிருஷ்டசாலிகள் இவர்கள்! தங்கள் மனத்திற்கு இசைந்த பாதையைத் தேர்ந்தெடுத்துவிட்ட அதிருஷ்டசாலிகள்.

நானும் வரைய ஆரம்பித்தவன் என்ற எண்ணமும் அதை ஒட்டிய அனுபவங்களின் நினைவுகளும் மனத்தில் படர்ந்தபோது, மனமூட்டம் மேலும் கறுத்தது. ஒரு ஆசானைத் தேடி நான் அலைந்த அலைச்சல். தேடாத ஆசானை மீண்டும் மீண்டும் அடைந்ததில் மாறிமாறி ஏற்பட்ட ஏமாற்றம். சலித்து, தேடலை விட்டு, என்னையே நம்பி முயன்றுபட்ட அவஸ்தைகள். என் மனக்காட்சிகளின் அருகில்கூட நெருங்க மறுதலித்துவிட்ட என் விரல்களின் முரட்டுத்தனம். குடும்பமே கூடி நின்று என்னை எள்ளி நகையாடிய காட்சிகள்... மனத்தைப் பிழிந்து கொட்டிய நேரங்களில்கூட, கடைசியில் பழையபடி நாய் வாலாக, 'சரி, என்ன கிடைக்கும்?' என்று என்னைத் தாக்கி விழிக்கச் செய்த அந்தக் கேள்வி. கடவுளே, போதும் எனக்கு, இந்த ஜென்மத்துக்கு.

பலர் ஆங்காங்கு மரத்தடிகளிலும், அடுக்காய் இறங்கும் விளையாட்டுத் திடல்களின் படிக்கட்டுகளிலும், அவற்றின் பக்கவாட்டு செம்மண் சரிவுகளிலும் அமர்ந்து

சர்ச்சைகளில் ஈடுபட்டிருந்தார்கள். அவர்களுடைய ஓவியங்களைப் பார்க்க விரும்பும்போதே, எப்படி அவர்களை அந்த அளவு கிட்டத்தில் நெருங்குவது என்று தெரியாமல் தயங்கி நின்றேன். ஆனால் பார்வையை – ஓவியத்திலிருந்து கண்ணில்பட்டு, மீண்டும் ஓவியத்தின் மீது படியும் எதிரொலியை –உண்டுதானே ஓவியங்கள் மரிக்காமல் புத்துயிர்கொள்கின்றன என்ற தொடர் என் மனத்தில் ஓடியதும் சிறிது உற்சாகம் பெற்றேன். ஒருசில பலகைகளேனும், என் தோல்வியில் வெற்றியின் விகசிப்புக் களைக் காட்டி, எனக்குச் சந்தோஷத்தின் பெருமூச்சுகளைத் தரக்கூடும் என்று தோன்றிற்று.

கட்டிடத்தின் முன்பக்கம் முள்வேலியைத் தாண்டி, பூங்காச் சுனையின் சுற்றுச் சுவரில் சாய்ந்தபடி, சில இளைஞர்கள் புகைபிடித்துக்கொண்டிருந்தார்கள். தொலைதூரங்களிலிருந்து – நகரங்களிலிருந்தும் கிராமங்களிலிருந்தும் – வந்திருந்தார்கள். 'கடுமையான சோதனையாக இருக்கும்' என்றார்கள். 'தேறுவது கடினம்' என்றார்கள். இருந்தும் கலவரமின்றி, நம்பிக்கையுடன் அவர்கள் தங்களைச் சிதறாமல் காத்துக்கொண்டிருந்தது, என்னைக் குறுகச் செய்தது. என்னிடம் இல்லாததுதான் இவர்களை இங்கு வரையிலும் கொண்டுவந்துவிட்டது போலிருக்கிறது என்று எண்ணினேன்.

அங்கிருந்து நகர்ந்து மீண்டும் கிழக்குமுகமாக வந்தேன். அந்த என் ஏணிப்படிகளின் நுழைவாசல். அதன் விசாலமான வெளிப்படிகள். அவற்றை, அவற்றை மட்டுமே, அன்றாடம் மிதித்து அவற்றை மிதிப்பதை விட்ட பின்பும், மாலைவேளைகளில், சிறு இருட்டும் பேரமைதியும் சூழ, நண்பனுடன் அதில் உட்கார்ந்திருந்து... வெகுகாலம் இந்தப் படிகள் எனக்கே எனக்காக... நினைவுகள் மீண்டும் மனத்தில் புரண்டன.

அப்போது, ஓவியத்துக்கே பொருளாக உறைந்து விட்டது போன்ற மிக அழகான கோலம், என் பார்வையில்

விழுந்தது. என் படியில் வயோதிகர் ஒருவர் உட்கார்ந்து கொண்டிருந்தார். அவருடைய வலதுபக்கம் சற்றே பின்நகர்ந்து, அவர் உடலில் தான் முக்காலும் மறைந்து போகும்படி ஒரு பெண் – உடல் வளர்ச்சியில் சிறுமி – ஒண்டிக்கொண்டிருந்தாள். அவர்களுடைய தோற்றம் என் மனதை அள்ளிற்று. வயோதிகத்தில் இந்தியக் கலைஞர்கள் தங்களைக் காட்டிக்கொள்ள விரும்பிய தோற்றத்தில், ரிஷிபோல் ஒளிமயமாக அவர் இருந்தார். வெண்தாடி. மஞ்சளும் தவிடும் கலந்த சிகை. தும்பைப் பூ போன்ற கதர்ச் சட்டை. தொடர்புக்குத் திராவகத் தன்மையுடன் ஒழுகி வருகிறவர் என உணர்ந்து, அருகில் நெருங்கி, அவரை மிகவும் நேசித்துவிட்ட மனத்தால் சிரித்தேன். அவர் முகம் விகசித்தது. ‘என் பேத்தி, கூட்டிக்கொண்டு வந்திருக்கிறேன். பரீட்சைக்கு’ என்றார். அந்தப் பெண் மேலும் கூச்சமடைந்து, உடலை இன்னும் குறுக்கிக்கொண்டு, பராக்குப் பார்த்தது. அந்த இருவருடைய தோற்றமும் – வெளியை அவர்கள் அடைத்துக்கொண்டிருந்த அளவு மற்றும் ஆகருதி, ஆடைகளின் நிற வேறுபாடு ஆகிய அனைத்திலும் ஒன்று மற்றொன்றைத் துலக்கும் நோக்கம் மட்டுமே அபோதமாய்க் கொண்டிருந்தது – வெகு அபூர்வமாய் இருந்தது. ஓவியமாகி உயிர் பெறவா அல்லது ஓவியத்திலிருந்து உதிர்ந்து மரணத்தைக் காத்துக் கொண்டா? – எது இவர்களுடைய இப்போதைய நிலை என்ற வியப்பு ஏற்பட்டது.

தாம் வரைந்திருந்த சில ஓவியங்களை வயோதிகர் என்னிடம் விரும்பிக் காட்ட ஆரம்பித்தார். படங்களின் இலக்கணம் என்னை லேசாக உறுத்த, இதுவன்றி வேறு ஏதோ ஒரு காரணத்தால் – காட்டியவற்றைவிட, காட்டப் பட்டவர் மீது என் ஆகர்ஷணம் கட்டுப்பட்டுப்போனதால் என்று இப்போது தோன்றுகிறது – அப்படங்களில் என் மனம் படியாமல் வழிந்தது. பாம்புவிரலால் நடுநெஞ்சைத் தொட்டுக்கொண்டு, ‘நம்ப சிட்சைதான் இவளுக்கு’ என்றார்.

வயோதிகரிடத்தில் பேச்சுக் கொடுத்ததில், அவர் தம் வாழ்நாளை, வரைவதற்கே செலவு செய்திருந்தார் என்பது வெளிப்பட்டது. அவர்மீது எனக்கு ஏற்பட்ட ஈடுபாடு, தன்னை நினைத்துக்கொண்டு பேச அவரைத் தூண்டிற்று. "இப்போது பிரஷைத் தொட்டு வெகுகாலமாகிவிட்டது" என்றார் அவர். "ஏன்?" என்று கேட்டேன். தாளை உருவி, பலகைமேல் வைத்து, பேத்தியின் மடியிலிருந்த பெட்டியைத் திறந்து கறுப்புப் பென்சிலை வெளியே எடுத்தார். பென்சிலைப் பற்றிக்கொண்டதும் விரல்கள் நடுங்க ஆரம்பித்தன. கை, காகிதத்தை நெருங்க, விரல்கள் மேலும் நடுங்கின. கிழவர் என் முகத்தைப் பார்த்து வெதும்பிய சிரிப்புடன், "நடுங்காமல் இருக்க எந்த அளவு முயல்கிறேனோ அந்த அளவுக்கு அதிகம் நடுங்கும்" என்றார். அவருக்கும் எனக்கும் நடுவில் சுவர்போல் எழுந்து விட்ட சங்கடத்தின் அவலட்சணத்தைக் கலைப்பதற்கு என்பதுபோல், தன் பேத்தி பக்கம் திரும்பி, அவள் பின் தலையைத் தடவியவாறே "மிக நன்றாக வரைவாள்" என்றார். வெட்கம் பிடுங்கக் கூசிக் குறுகிக்கொண்டது அது.

கிழவரின் பார்வை பூந்தோட்டத்தில் படிந்தது. மாணவர்கள் நின்ற காட்சியை உள்ளடக்கி வரைய அவர் மனம் பரபரப்பது போல் தோன்றிற்று. பென்சிலை எடுத்து நீச்சல்குளத்தில் குதிப்பதுபோல் அதைக் காகிதத்தில் குத்திக் கீச்ச ஆரம்பித்தார். அரத்தின் வாய்கள்போல் கோடுகள் நெளிந்தன. மிகுந்த சலிப்படைந்து, பாதியில் கைவிட்டு இடது கை விரல்களால் படத்தைத் தூக்கிப் பிடித்துக் காட்டினார். நோயுற்ற கலையின் பழைய பிரகாசம் கொஞ்சம் தெரிந்தது.

மணி அடித்தது. ஆசிரியர்போல் தோற்றம் கொண்ட இருவர், வயோதிகர் பக்கத்தில் வந்து, தயங்கி நின்றார்கள். மிகுந்த சங்கோசத்துடன் ஆங்கிலத்தில் "மன்னிக்க வேண்டும், தவறாக எடுத்துக்கொள்ளமாட்டீர்கள் என்று நம்புகிறோம்" என்றார்கள்.

"இல்லை, ஒருநாளும் மாட்டேன்" என்றார் வயோதிகர்.

"ஏற்பாடு செய்திருந்த மாடல் வரவில்லை; மணியும் அடித்துவிட்டது" என்றார்கள்.

கிழவரின் தாடியில் புன்னகை நெளிந்தது. "நான் வரவா?" என்று கேட்டார் அவர். அழைக்க வந்தவர்களுக்குச் சந்தோஷம் பொங்கி வழிந்தது. என்ன சொல்வது என்று தெரியாமல் கும்பிடுவதுபோல் செய்கை காட்டிக் கரைந்தார்கள். வயோதிகர் எழுந்து அவர்கள் பின்னால் சென்றார். சிறுமியும் கூச்சத்துடன் ஒட்டிக்கொண்டு அவர் பின்னால் நகர்ந்தது.

யாத்ரா, 1979

பள்ளம்

அன்று எங்கள் கடைக்கு விடுமுறை. வாரத்தில் ஒரு நாள். ஆனால், அன்றும் போக வேண்டி வந்தது. அடக்கமில்லாத முரட்டுச் சாவியைத் தூக்கிக்கொண்டு புறப்பட்டேன். மனத்திற்குள் அழுதுகொண்டே தெருவில் இறங்கி நடந்தேன்.

இந்த ஒருநாளையாவது எனக்கே எனக்கென்று வைத்துக்கொள்ள வேண்டுமென்று ஆசை. நாட்களை எண்ணி, பொறுமை கெட்ட பின், சாவகாசமாக வரும் ஏழாவது நாள். நான் ஒத்திப் போட்டவைகளையும், செய்ய ஆசைப்பட்டவைகளையும் தன்னுள் அடக்கிக்கொள்ள முடியாமல் திணறும் நாள். மொட்டைமாடிப் பந்தலின் சாய்ப்பில், வெறுந்தரையில், எதுவும் செய்யாமல், எதுவும் செய்ய இல்லை என்ற சந்தோஷத்துடன் வானத்தைப் பார்த்தபடி மனோராஜ்யத்தில் மிதப்பது. வேலை, அல்லது அப்பா, அல்லது வாடிக்கை என்னைத் தீர்மானித்துக்கொண்டிருக்க, தீர்மானமே அற்ற சுதந்திரத்தில் திளைக்க ஒரு நாள். பகற்கனவு என்கிறார்கள். ஆனால், ஆசைகள் லட்சியங்கள் அங்குதானே

வர்ணச் சித்திரங்களாக மிளிர்கின்றன. அதுவும் வேண்டாம் என்றால் எப்படி?

மொட்டைமாடி வெறுந்தரையில் கிடந்து வானத்தைப் பார்க்க ஆரம்பிக்கிறேன். பின் எப்போது என்று தெரியாமல், வானமும் மொட்டைமாடியும் செடிகொடிகளும் என் ரத்தபந்தங்களைச் சுற்றி உழலும் நினைவுகளும் அற்றுப்போய் மனக்காட்சியில் நான் கதாநாயகனாகச் சுழல, என்னைச் சுற்றி சூரிய சந்திர மண்டலங்கள் கும்மியடிக்கின்றன. பூத்துச் சொரிகின்றன ஆசைகள். மாலை தொடுக்க மெல்லிய மேகங்களை உடுத்திக்கொண்டிருக்கும் பெண்கள் மிதந்து வருகிறார்கள். பின்னால் நினைத்துப் பார்த்தால் வெட்கமாய் இருக்கும். இப்படிக் கேவலப்பட்டுப் போய்விட்டோமே என்றிருக்கும். சிலசமயம் வருத்தம் பொத்துக்கொண்டு வரும். நல்லவேளை, என் பகற்கனவுகள், அந்த வர்ணத் திரைக்காட்சிகள், வேறு யாருக்கும் தெரிவதில்லை. அதில் ஒரு 'ரீல்' பார்த்தால்கூட எல்லோரும் என்னைக் காறி உமிழ்ந்து விடுவார்கள். பத்து சட்டம் பார்த்தால் போதும், "இந்த நாயை வீட்டில் வைத்துக்கொண்டிருக்க யோக்யதை இல்லை" என்பார் அப்பா.

"நீங்கள் நினைப்பது சரிதான் அப்பா, சரிதான். என் கற்பனைகள் ஒன்றும் நிறைவேறமாட்டேன் என்கிறதே. நான் என்ன செய்யட்டும்? ரொம்ப வேண்டாம்; கால்பங்கு நிறைவேறினால் போதும் . . . அப்புறம் ஒரு வார்த்தை சிணுங்கமாட்டேன். உங்களைப்பற்றியோ, அம்மாவைப் பற்றியோ, கடவுளைப் பற்றியோ—நான் வேலை செய்யும் போது சந்தோஷமாக இருந்தால், கடவுள் இருந்தால் என்ன, இல்லாமல் போனால் என்ன—ஒரு வார்த்தை முணுமுணுக்க மாட்டேன். எந்த நுகத்தடிக்கு வேண்டுமென்றாலும் புன்னகையுடன் தோள் கொடுப்பேன். கால்பங்கு நிறைவேறினால் போதும் அப்பா, வெறும் கால்பங்கு!"

ஒருநாள் முழுசாக என் கையில் வந்து விழுவது; அதைக் கொஞ்சம் கொஞ்சமாக, தீர்ந்துவிடுமே

என்ற கவலையில் நான் கொறித்துக்கொண்டிருப்பது. பொறுக்குமா அப்பாவுக்கு? விடுமுறை நாளில் இரத்தமும் சதையுமாய் அவர் வீட்டில் உட்கார்ந்துகொண்டிருப்பதற்கு ஒரு அர்த்தம் வேண்டாம்? "போடா, போய் அந்த சேலம் கட்டை உடைத்து விலை போடு" என்றார் அவர்.

எனக்கு மிகவும் கஷ்டமாக இருந்தது. அது ஒன்றும் அப்படி பெரிய வேலை இல்லை. அந்த உருப்படிகள் விற்பனைக்கு அவசரமாகத் தேவையுமில்லை. மறுநாளோ அதற்கு மறுநாளோகூட போட்டுக்கொள்ளலாம். அரைமணி நேரத்தில்—சரியான கையாள் நின்றால் இன்னும் குறைவாகக் கூட—செய்துவிடக் கூடிய வேலை. அது போதும் என்று வைத்துக்கொண்டால் நான் வீட்டில் அல்லவா இருப்பேன். சும்மா இருந்துவிட்டால் கூடக் குற்றமில்லை. சும்மாவும் இருக்கமாட்டேன் என்கிறேனே. அதுதான் கஷ்டமாக இருக்கிறது அப்பாவுக்கு. என் புத்தக அலமாரியை அடுக்க ஆரம்பிக்கிறேன். தரை பூராவும் பரந்துகிடக்கும் புத்தகங்கள் அப்பாவை என்னென்னவோ செய்துவிடுகின்றன. என்ன செய்வது? இவ்வளவு பெரிய துன்பத்துக்கு அவரை ஆளாக்குகின்றன என்பதைக் கண்டுபிடிக்கவும் முடியவில்லை. இலக்கிய நண்பன் என்னைத் தேடிக்கொண்டு வந்துவிடுகிறான். அறைக்குள்ளேயே அடைந்துகிடந்து இருள் சூழ்ந்த பின்பும் விளக்குப் போட்டுக்கொள்ளாமல், மிதமிஞ்சிய லகரியுடன், வெறியுடன் பேசிக்கொண்டிருக்கிறோம். அவ்வப்போது நண்பன் வெளியேபோய் 'தம்' இழுத்துவிட்டு வருகிறான். பேச்சு. பேச்சு. என்னதான் பேசிக்கொள்கிறார்களோ என்று அப்பா அம்மாமுதல் கைக்குழந்தைவரை கேட்டிருக்கிறார்கள். யாரும் இந்தக் கேள்விக்குச் சரிவரப் பதில் சொல்லவும் மாட்டேன் என்கிறார்கள். அப்படியே என் நண்பன் வரவில்லை என்றாலும் – அவன் அநேகமாக வராமல் இருப்பதில்லை – அம்மாவைத் தேடிக்கொண்டு போகிறேன். அவளுடைய கட்டிலின் ஒரு மூலையில் ஒண்டிக்கொண்டு, நோபல் பரிசைப்

பிடுங்கிக்கொள்ளப்போகிற என் நாவலின் கதையை நான் சொல்ல, அவள் சுவாரஸ்யமாகக் கேட்க, அந்த இடத்தில் அக்காக்கள், தங்கை, அக்கா குழந்தைகள் எல்லோரும் கூட, பேச்சும் சிரிப்பும் கலகலப்புமாகி, அங்கு நான் ஒரு கதாநாயகன் மாதிரி ஜொலித்துக்கொண்டிருக்கும்போது, அப்பா தனியறையில் தனிமை வதைக்க படித்துமுடித்த 'ஹிந்து' பத்திரிகையை மாறிமாறி மடித்துக்கொண்டு, நாற்காலியில் உட்கார்ந்துகொள்வதும் மீண்டும் வராண்டாவில் உலாவுவதும்... அப்பப்பா. ஒரு விடுமுறை நாள் என்னென்ன பிரச்சனைகளைக் கிளப்புகின்றன!

"டேய் போ. போய் சேலம் கட்டை உடைத்து விலை போடு" என்கிறார் அப்பா. "கூட?" என்கிறேன். "மதுக்குஞ்சுவை வரச்சொல்லியிருக்கிறேன்" என்கிறார். இதைக்கேட்க கேட்க எனக்கு மிகச்சங்கடமாக இருக்கிறது. இது ஒரு தந்திரம். எனக்குத் தெரியாமல், வேண்டாம் என்று சொல்லக்கூட சந்தர்ப்பம் தராமல், மதுக்குஞ்சுவை வரச் சொல்லியிருக்கிறார். வீட்டுக்கு வரச்சொல்லியிருந்தால் இப்போதுகூட வேண்டாம் என்று நான் அவனை அனுப்பி வைக்கமுடியும். இது தெரியாதா அப்பாவுக்கு? அதனால்தான் நேராகக் கடைக்கு வரச் சொல்லியிருக்கிறார். இப்போது அவன் வந்து காத்துக்கொண்டிருப்பான். இனிமேல் ஒன்றும் செய்ய முடியாது – சேலம் கட்டை உடைப்பதைத் தவிர.

தெருவழியே உடம்பையும் சாவியையும் தூக்கிக் கொண்டு, மனத்திற்குள் அழுதுகொண்டு, என் வாழ்க்கையை உருவாக்கிக்கொள்ளத் தெரியாத என்னையே நிந்தித்துக் கொண்டு, என்னை இப்படித் தொடர்ந்து சங்கடப்படுத்தும், யாரென்று தெரியாத எதிரியைச் சபித்துக்கொண்டு போனேன்.

வெளிப் பிரக்ஞை ரொம்பவும் மங்கிப்போனதில், மற்றொரு அசையும் பொருளில் என் உடலேறி உட்கார்ந்து கொண்ட மாதிரி நகர்ந்துகொண்டிருந்தேன். ஒரு கல்தூணைக் காலால் உதைத்து எலும்பை முறித்துக்கொண்டு விழுந்துகிடக்க வேண்டும் போலிருந்தது.

வெள்ளிக்கிழமைகளில்தான் புதுப் படங்கள் போடுகிறார்கள். பதின்மூன்று கொட்டகைகளிலும் புதுப் படங்கள். காலை ஒன்பது மணிக்குக் களை கட்டியாயிற்று. பெண்களையும் குழந்தைகளையும் தெருவில் வாரிக் கொட்டியாயிற்று. இடுப்புக் குழந்தைகளுடன் விரைகிறார்கள். இவர்கள் உடம்பில் இந்த நேரங்களில் ஏறும் விறுவிறுப்பைப் பார்த்தால், வருடக்கணக்கில் சிறையிலிருந்துவிட்டு விடுதலை பெற்றுவரும் கணவன்மார்களைக் கொட்டகைகளில் சந்திக்கப்போவது மாதிரிதான் இருக்கிறது. வெளியே காட்டிக்கொள்ள முடியாத நாணத்தால் அமுக்கப்படும் சந்தோஷத்தில்தான் முகத்தில் இந்தப் போலிக் கடுகடுப்பு ஏற முடியும். இந்த ஒன்பதுமணிக்கு, தங்கள் வேலைகளைப் பரபரக்கப் பாதி முடித்தும், போட்டது போட்டபடியும் தெருக்களில் குதித்து விரைகிறார்கள். தெரிந்தவர்களைக் குறுக்கிட்டுத் தாண்டும்போது, பார்த்தும் சரியாக பார்க்காதது போல் சிரித்துக்கொண்டு விரைகிறார்கள். வெயில் விளாச ஆரம்பித்துவிட்டது. இப்போதே இப்படி அடித்தால் நண்பகலுக்கு அதன் கைச்சரக்கை நினைத்துப்பார்க்க முடியவில்லை. கழுத்துகளிலும் கன்னங்களிலும் வியர்வை வழிந்துகொண்டிருக்கிறது. குங்குமப் பொட்டுகளின் ஓரங்கள் கலங்கிவிட்டன. இடுப்புக் குழந்தைகளின் தலைகள், பெண்களின் அவசர உடல் அசைவுகளில் குரங்காட்டம் ஆட, நெற்றிப் பொட்டுகளிலும் தாடைகளிலும் வியர்வை வழிகிறது. குழந்தைகளின் முகங்கள் ரொம்பவும் வாடி விட்டன. பெண்கள் தங்கள் இயற்கையான வேகத்தில் நகராதது மாதிரியும், உருத்தெரியாத ஒரு லகரியைக் கடைவாயில் ஒதுக்கிக்கொண்டு அதிலிருந்து ஊறும் ஒரு ரசத்தை விழுங்கித் தங்கள் நாளங்களில் பரப்பிக்கொள்வதால் தான் இவர்களால் இத்தனை அமானுஷ்ய வேகம் கொள்ள முடிந்திருக்கிறது என்றும் தோன்றுகிறது. அவர்கள் மூளையில் ஊறப்போகும் இன்ப உணர்வுகளுக்குப் பாஷை இல்லை.

நானும் சிறுவயதிலிருந்தே இவர்களைப் பார்த்துக் கொண்டிருக்கிறேன். இவர்கள் எல்லோரையும் எனக்குத்

தெரியும் – அவர்களுக்கு என்னைத் தெரியாவிட்டாலும். காலத்தாலும், நாகரிகங்களாலும், நான் அறியாது அவர்கள்மீது சரியும் கஷ்டங்களாலும், சிலசமயம் சந்தோஷங்களாலும் இவர்கள் அடையும் மாற்றங்களை நான் மிக உன்னிப்பாக மிகுந்த ஆசையுடன் கவனித்து வந்திருக்கிறேன். நான் சிறுபையனாக இருக்கும்போது வெள்ளிக்கிழமைகளின் மகோன்னதக் காலைக் காட்சிகளுக்கு, தங்கள் தாயார்களின் அவசரத்துக்கு ஈடுகொடுக்கப் பதறிக்கொண்டு, பாவாடையைச் சுருக்கிக்கொண்டு ஓடிய குட்டிகள், வயிற்றுக் குழந்தையுடனும் இடுப்புக் குழந்தையுடனும் இப்போது ஓட, அன்று இவர்கள் இருந்ததுபோலவே இப்போதிருக்கும் இவர்களுடைய குழந்தைகள் இவர்களை எட்ட விரைகின்றன. காலங்கள், எத்தனை வருடங்கள். இன்னும் எத்தனை வருடங்களுக்கு இவர்கள் இப்படி ஓடிக்கொண்டிருப்பார்களோ?

வித்தியாசத்திற்காக, வேண்டுமென்றே பாதையை மாற்றுகிறேன். ரொம்பவும் சுற்று இது. அப்பாவுக்குத் தெரியாத சந்துகள். கண்களைக் கட்டி இதில் எதிலாவது ஒன்றில் கொண்டு அவரை விட்டால், "இது எந்த ஊர்?" என்று நிச்சயம் கேட்பார். அவருக்கு, கடைக்கு ஒரு பாதைதான் உண்டு. அந்தப் பாதை வழியாகத்தான் அவர் இருபத்தி மூன்று வருடங்களாக – அதற்கு மேலும் இருக்கும் – போய்க்கொண்டிருக்கிறார். நான் சுற்றிப் போகிறேன். சந்துகள் வழியாக, மோசமான சந்துகள் வழியாக. இந்தச் சந்திலுள்ள குடியிருப்புகள், ஆட்கள் – முக்கியமாகப் பெண்கள் – இந்தத் தெருக்களிலுள்ள வேசிகள், அரை வேசிகள் – அவர்கள் ஒவ்வொருவருடைய முகங்களும் – அவர்களுடைய குழந்தைகளின் முகங்களும் – எனக்குத் தெரியும். இந்த வீடுகள், முன்வாசல்கள் (அன்னம்மை நாடாத்திக்கு ஒரு கோலம்தான் தெரியும். மூன்று ஜிலேபிகள் பிழிந்துவைத்துவிடுகிறாள், கோலப் பொடியில்), சண்டைகள், சச்சரவுகள், கெட்ட வார்த்தைகள் – அவர்களுடைய முகங்கள் எனக்கு அலுக்கவே இல்லை.

இவர்களுடைய ஒழுங்கற்ற தன்மையை நம்பித்தான் நான் என் ஜீவனைச் சுமந்துகொண்டிருப்பதாக, அப்பாவுடைய ஒழுங்கிலிருந்து என்னைத் தற்காத்துக்கொண்டு வருவதாகப் படுகிறது.

அப்பா காலையில் ஐந்துமணிக்கெல்லாம் எழுந்து நடக்கப் போய்விடுகிறார். ஏழுமணிக்கெல்லாம் காலைக்கடன்கள், குளியல், காலை உணவு எல்லாம் முடிந்துவிடும். ஹாலின் நடுவில், வெளிவாசல் கதவை யாரேனும் திறந்தால் தெரியும்படி, சம்மணங்கூட்டித் தரையில் உட்கார்ந்துகொள்கிறார். காலையில் முதலில் எழுந்த ஒரு கைக்குழந்தை அவசரமாகத் தலை சீவி பவுடர் போட்டு, கண்ணுக்கு மையிட்டு, சட்டைக்குள் திணித்து ரெடி பண்ணப்பட்டிருக்கும். அக்கா அல்லது தங்கை, அல்லது சமையல் மாமி, கதவின் பின்பக்கம் காத்துக்கொண்டிருந்து குழந்தையை அவர் மடியில் கொண்டுவந்து போடுகிறார்கள். குழந்தையுடன் கொஞ்ச ஆரம்பித்து, அந்தக் கொஞ்சலில் ஒரு வெறி ஏறி, லகரி பிடித்து, தன்னை மறந்து தன் உடம்பை மறந்து தன் பெயரை மறந்து, கொஞ்சுகிறார். எத்தனையோ விதமான சப்தங்களை அவர் எழுப்புகிறார் – தோள் துண்டு நழுவி விழுந்துவிட்டால் கூசிக் குறுகி உள் வருத்தம் கொள்கிறவர். மணி எட்டு அடிக்கிறது. அவருடைய சந்தோஷம் கலைகிறது. விரல்களை நீட்டி மணி சரியாக அடிக்கிறதா என்று சரிபார்க்கிறார். ஒவ்வொரு காலத்துக்கு ஒவ்வொருத்தன் என்றாலும் எப்போதும் ஒரு சிஷ்யன் அவருக்குக் கனகச்சிதமாக அமைந்துகொண்டிருக்கிறான். கேட்டைத் திறந்துகொண்டு அவன் உள்ளே வருகிறான். இப்போது யாராவது அவசரமாகப் போய்க் குழந்தையை வாங்கிக்கொள்ள வேண்டும். அப்பா சாவியை எடுத்துக் கொள்கிறார். எட்டரை மணிக்குக் கடை திறக்கப்படுகிறது. சிஷ்யன் பின்னறையைச் சுத்தப்படுத்துகிறான். அந்தப் பின்னறைக்குள் நுழைந்து அவருடைய நாற்காலியைப் போய் அடைந்ததும், அவருக்கு ஒரு இதம் ஏற்படுகிறது. அந்த அறையில் அவர் வேலை பார்க்கும்போது, பேரேடுகளைத்

திருப்பும்போது, ஃபைல்களைப் புரட்டும்போது, கடிதங்கள் எழுதும்போது, கவலையில் ஆழ்ந்திருக்கும்போது, கோபத்தில் கொதித்துக்கொண்டிருக்கும்போது, எத்தனையோ தடவை அவரை மிகக் கூர்மையாகக் கவனித்திருக்கிறேன். எந்த மனநிலையிலிருந்தாலும் அந்த அறை அவருக்கு மிக அவசியமான ஒரு பாதுகாப்பைக் கொடுப்பது மாதிரி எனக்குத் தோன்றுகிறது. அங்கு வந்து சேருவதற்கும், அந்த அறையின் சூழ்நிலையில் தன்னை முடிந்தமட்டும் கரைத்துக்கொள்ளவும்தான் மற்ற சகல காரியங்களையும் அவசர அவசரமாகவும் படபடப்புடனும் அவர் செய்து முடிப்பதாக எனக்குத் தோன்றுகிறது. அந்த அறைக்கு அவருக்கு வர முடியாமல் போகும் நாளை என்னால் நினைத்துப் பார்க்க முடியவில்லை. அதுதான் அவருடைய உண்மையான மரணமாக இருக்கும். அப்பாவுக்குத் தெரியாத சந்துகள் வழியாகப் போகும்போது எனக்கு மிகவும் சந்தோஷமாகத்தான் இருக்கிறது. இங்கிருந்துதான், இதுபோன்ற சந்துகளிலிருந்துதான், பெண்கள் ஒழுக ஆரம்பிக்கிறார்கள். ஒழுகி, தெருமுனைகள் தாண்டி, வேறு பலரையும் சேர்த்துக்கொண்டு வீங்கி, ரஸ்தாக்களில் வழிந்து கட்டி தட்டியும், திராவகத் தன்மையுடனும், சேறும் குழம்புமாக இரு கரைகளையும் பிடுங்கிக்கொண்டு ஓடும் பிரவாகம்போல் அவர்கள் விரைகிறார்கள். இந்தச் சந்தின் கடைசியில்தான் ரஸ்தாவைப் பார்க்கத் தாலுகா ஆபீசின் பழைய கட்டிடம் இருக்கிறது.

இந்தக் கட்டிடத்தின் விநோதமான தன்மையை வார்த்தைகளில் விவரிப்பது கடினம். அவ்வளவு விசித்திரமானது. பொறியியல் கணக்குப்படி இந்தக் கட்டிடம் பத்தொன்தாம் நூற்றாண்டின் பின்பாதியில் – தேசிகவிநாயகம் பிள்ளை கைக்குழந்தையாக இருந்த போது – சரிந்து விழுந்திருக்க வேண்டும். சுவாசகோசங்கள் முற்றிலும் பழுதாகிவிட்ட ஒரு காச நோயாளி, வேப்பமரத் தடியில் தலைசாய்ந்துகிடப்பதான சித்திரமே இந்தக் கட்டிடத்தைப் பார்க்கும்போது ஏற்படுகிறது.

இந்தக் கட்டிடத்தில்தான் அந்தக் காலத்தில் அபின் கொடுப்பார்கள். ஒவ்வொரு மலையாள மாதத்திலும் முதல் சனிக்கிழமை பிற்பகல் மூன்று மணிக்கு. தாலுகா ஆபீசின் வெளிச்சுவரின் உட்பக்கம் போதிய உயரம் கொண்டது. வெளிப்பக்கமும், அதாவது ரஸ்தாவைப் பார்க்க இருக்கும் முன்பக்கம், போதிய உயரத்துடன் இருக்கும். இடது பக்கம் மட்டும் – வெளிப்பக்கம் – ஒரு பெஞ்சுபோல் மிகவும் குட்டையாக இருக்கும் பக்கவாட்டுக் காலிமனை மிகவும் மேட்டுப்பாங்கானது. அபின் வாங்க வருகிறவர்கள் – நான் பார்த்த காலங்களில் அநேகமாகப் பஞ்சடைந்த கிழவர்கள் – எல்லோரும் ரஸ்தாவிலிருந்து செம்மண் ஓடையில் இறங்கி, கவனமாகக் கீழே பார்த்துக்கொண்டே திடலில் ஏறி – எங்களூரிலுள்ள மூன்று திறந்தவெளி கக்கூசுகளில் இது மிக உபயோகமானது – காம்பௌண்டு மதிற்சுவர் பெஞ்சில் வரிசையாகக் கழுகுகள்போல் உட்கார்ந்துகொண் டிருப்பார்கள். தாலுகா ஆபீசின் பின்னாலுள்ள கக்கூஸ் சுவரில் சாய்ந்தபடி வேப்பமரத்தடி நிழலில் சிலபெண்கள் – சில கிழவிகள் – யாரையும் முகமெடுத்துப் பார்க்காமல், ஆழ்நிலைத் தியானத்தில் ஈடுபட்டிருப்பதுபோல் உட்கார்ந்து கொண்டிருப்பார்கள். நான் ஒரு சைத்திரிகனாக இருந் திருந்தால் இந்தக் காட்சிகளைப் பல ஓவியங்களாகச் சேமித்திருப்பேன். அங்கு வருபவர்களின் முகங்களிலிருந்தும் உடம்பின் ஒவ்வொரு பகுதியிலிருந்தும் அங்கங்களிலும் கசிந்து, வராண்டாவின் ஓரங்களிலும் படிகளிலும் வேப்ப மரத்தடிகளிலும் வழியும் தள்ளாமையை, இயலாமையை, அனைத்தும் ஒடுங்கிய பின்பும் அபினை நம்பிக் கொடுக்கில் கொஞ்சம் ஜீவனை வைத்துக்கொண்டிருக்கும் பிடிவாதத்தை, முக்கியமாக, பஞ்சடைந்து பீளைசாடிப் போதையில் மயங்கி மிதக்கும் கண்களையெல்லாம் வரைந்து காட்டியிருப்பேன்.

கடையைத் திறந்தேன். கடையின் எதிர்ப்பக்க, சற்றே கோணலான, சினிமாக் கொட்டகையின் வாசலிலிருந்து மதுக் குஞ்சு வெளிப்பட்டான். முன்பக்கம் காட்சிக்கு வைத்திருந்த புகைப்படங்களைப் பார்த்துக்கொண்டிருந்தான்

போலிருக்கிறது. எனக்காகக் காத்துக்கொண்டிருந்தது அவனுக்கு அலுப்பைத் தந்திராது. எனக்காக வர நேர்ந்ததே என்னைப் பார்த்த பின்புதான் அவன் நினைவில் துளிர்த்திருக்கும். நான் அவசரப்பட்டு வந்துவிட்டதுபோல் அவனுக்குத் தோன்றியிருக்கலாம். நான் வந்து சேராத அந்த இடைவெளியை, பள்ளத்தை, பொறுமையின்மையை, எரிச்சலை, அந்தப் புகைப்படங்கள், துடைகள், முலைகள், பிருஷ்டங்கள், முத்தமற்ற தமிழ் முத்தங்கள் அனைத்தும் மிக நன்றாக நிரப்பிக்கொண்டிருந்திருக்க வேண்டும்.

தகரப் பட்டைகளை வெகுலாகவமாகக் கிழித்து, பண்டிலைப் புரட்டி உடைக்கிறான் மதுக்குஞ்சு. கைதேர்ந்தவன். எந்த இடத்தில் அடி விழ வேண்டும் என்பது எத்தனை துல்லியமாக அவனுக்குத் தெரிகிறது! சற்றுமுன், காலத்திற்கும் அசைந்து கொடுக்காது என்ற எண்ணத்தை ஏற்படுத்திய பண்டில், இதோ பரிதாபமாகச் சிதறிக்கிடக்கிறது. நான் பட்டியலையும் கணக்குப் பார்க்க ஒரு பக்கம் எழுதாத தாள்களையும் எடுத்துவைத்துக்கொண்டேன். அவன் ஊசி, நூல், விலைச்சீட்டு முதலியவற்றை எடுத்துக்கொண்டு வந்தான். உருப்படிகளை கவுண்டரில் வைத்து, மொத்த எண்ணிக்கையைச் சொல்லி ஒத்துக்கொண்டுவிட்டு – எண்ணம் முதல் தடவையே சரியாக வந்துவிட்டது – தரம் பிரிக்க ஆரம்பித்தான். நான் ஒருபக்கத் தாளில் விற்பனை விலையைக் கணக்குப் பார்க்க ஆரம்பித்தேன். மதுக்குஞ்சு ஆர்டர் ஃபைலிலிருந்து ஆர்டரைத் தனியாக எடுத்து, சரக்கு சரியாக வந்திருக்கிறதா என்று பார்த்துக்கொண்டிருந்தான். காதில் சொருகியிருந்த ஆட்டுப்புழுக்கைப் பென்சிலால் ‘டிக்’ போட்டுக்கொண்டு வந்தான். நான் விலைச் சீட்டுகளை எழுதி அவனிடம் தந்தேன்.

மின்சாரம் இல்லை. எங்கோ பழுதுபார்க்கும் வேலை நடக்கிறது போலிருக்கிறது. காலைத் தூக்கி நாற்காலியில் வைத்துக் கொஞ்சம் இதப்படுத்திக்கொண்டேன். தலையைத் திருப்பி ‘ஷோ கேஸ்’ கண்ணாடியின் பின்னால் தொங்கிக்கொண்டிருந்த சேலைகளின்

இடைவெளி வழியாகத் தெருவைக் கவனித்தேன். நெரிசல் தளர்ந்துவிட்டது. எல்லோரையும் இழுத்து, தன் அடிவயிற்றில் அமுக்கிக்கொண்டுவிட்டன இந்தக் கொட்டகைகள். உடல் பூராவும் எண்ணற்ற முலைகள் கொண்ட மலைபோல் விழுந்து கிடக்கும் ஒரு ராட்சசியின் உடம்பில் லட்சக்கணக்கான மூஞ்சூறுகள் கொசுகொசுவென்று ஒன்றின் மேல் ஒன்று புரண்டுகொண்டு பால் குடிப்பதுபோல் தோன்றிற்று. மடக்கு நாற்காலிகளை ஓரத்தில் ஒதுக்கி, தூசி தட்டிய இடத்தில் வாகன முண்டை ஒற்றையாக விரித்தான் மதுக்குஞ்சு. சேலை எடுத்து வாகன முண்டில் பரப்பி, விலைச்சீட்டைத் தைப்பதற்கு வசதியாக வைத்துக்கொண்டிருந்தான். சம்மணங்கூட்டி உட்கார்ந்து தைக்க ஆரம்பித்தான்.

“நீ நம்மகிட்ட வந்து எத்தனை வருஷம் இருக்கும் டேய், மதுக்குஞ்சு” என்று கேட்டேன்.

“வருஷம் தெரியலே. பத்து வருஷம் இருக்கும். ஒரு சித்திர மாசம் இருபத்தியொண்ணாம் தேதி.” மதுக்குஞ்சு லேசாகச் சிரித்தான். அவன் ஏன் சிரித்தான் என்பது எனக்குப் புரியவில்லை. அவனே சொன்னான்:

“அண்ணைக்குத்தான் பெரிய சாமிக்குப் பொறந்த நாளு. வீட்டிலேருந்து கடைப் புள்ளைகளுக்குப் பாயாசம் வந்தது. நான் காலையிலே வந்தேன். ராகு காலம் போயுட்டு பத்தரை மணி தாண்டி வானு பெரிய சாமி சொன்னா. நான் வந்து பாயாசம் குடிச்சேன்.”

அவன் சொன்ன விஷயங்கள் எல்லாம் சரிதான். தேதி வருஷம் ஒன்றும் எனக்கு நினைவில்லை. ஆனால், ஒரு சம்பவம் நினைவுக்கு வந்தது. எல்லோரும் சேர்ந்து உட்கார்ந்து சாப்பிட்டுக்கொண்டிருந்தோம். அப்பா சொன்னார்: “இன்னிக்கு ஒரு சின்னப் பயல வேலைக்கு எடுத்தேன். என்னடா பேர்னு கேட்டேன். முருகன்னு சொன்னான். ஏற்கனவே ரெண்டு முருகன்கள் இருந்துண்டு, இவனைக் கூப்பிட்டா அவன் வரதும், அவனைக் கூப்பிட்டா இவன் வரதும், ரெண்டு பேருமே தன்னை இல்லைன்னு

வராம இருக்கறதும் போறாதா, நீ வேறயானு கேட்டேன். அப்பொத்தான் இசக்கி, மில் பெயிலை உடைச்சு, மதுக்குஞ்சு 7 பீஸ்னு ஒத்துண்டான். இந்தப் பயலுக்கு, நம்மகடையிலே மதுக்குஞ்சுனு பேர் அப்படீன்னேன்." அப்பா தனக்குத்தானே சிரித்துக்கொண்டது இப்போதும் என் மனத்தில் தெரிகிறது.

"மதுக்குஞ்சுவா! பெயர் ரொம்ப ஜோரா இருக்கப்பா" என்று நாங்கள் சொன்னோம்.

"அப்படீன்னா அந்தப் பேரை எனக்கு ஏன் வைக்கலை?" என்று கேட்டான், என் மூத்த அக்காளின் சின்னப்பிள்ளை.

எல்லோரும் சிரித்தோம்.

இந்த ஞாபகங்கள் மனத்தில் ஓடவே மதுக்குஞ்சுவைப் பற்றி அப்பா சொல்லியிருந்த மற்றொரு விஷயம் என் மனத்தில் ஓடிற்று. ரொம்பவும் அதிர்ச்சி தரும் வித்தியாச மான விஷயம் என்பதாலேயே என் மனத்தில் பதிந்து போயிருந்தது. இப்போது அந்த விஷயத்தை மதுக்குஞ்சு விடம் கேட்கலாமா? அப்படிக் கேட்பது அவன் மனத்தைச் சங்கடப்படுத்துமா? எப்படி ஆரம்பிப்பது? நான் அப்பா சொல்லியிருந்த விஷயத்தைப் பூசி மெழுகிச் சொல்ல ஆரம்பித்தேன்.

"சாமி சொன்னது சரிதான். என் வலது கண் எங்க அம்மாவோடதுதான்" என்றான் மதுக்குஞ்சு.

"இப்படிச் சொல்றான் அந்தப் பயல். அதுக்கு மேலே எப்படிக் கேக்கறது? அதுக்கு மேலே எப்படிக் கேக்கறது?" என்று அப்பா திரும்பத் திரும்பக் கேட்டது என் நினைவுக்கு வந்தது.

கேட்கக்கூடிய விஷயம் இல்லைதான். இருந்தாலும் இந்த மாதிரி விஷயங்களைத் தெரிந்துகொள்ளத்தானே மனம் துடிக்கிறது.

"என்ன மதுக்குஞ்சு, ஏதேனும் விபத்தா?" என்று கேட்டேன்.

"சின்ன வயசிலே நடந்தது. கிராமத்திலே சொல்லக் கேள்விதான். எங்கம்மா ஒரு சினிமாப் பைத்தியம். ஆத்து மணல்லே உக்காந்து சினிமாப் பாத்துக்கிட்டு இருக்கா. நான் மடியிலே படுத்துக்கெடக்கேன். கீள கெடக்கற கூழாங்கல்லே எடுத்து வாயிலே போட்டுக்கறதும் அவ விரலைப் போட்டு நோண்டி எடுக்கறதுமா இருந்திருக்கு. ஒரு தவா கண்ணை நோண்டிட்டா தெரியாம, அப்டினு சொல்றாங்க" என்றான்.

மதுக்குஞ்சு, மிகவும் அமைதியாக முகத்தை வைத்துக் கொண்டிருந்தான். இருந்தாலும் முகம் உறைந்துபோனது போலிருந்தது. அவன் மனத்தில் ஓடும் எண்ணங்களை அனுமானிக்கத் தெரியாமல் குழம்பிக்கொண்டிருந்தேன்.

"செலவங்க சொல்றாங்க, அவங்க உடனே செத்துப்போயுட்டாங்கனு சொல்றாங்க. செலவங்க சொல்றாங்க, நான்னுக்கிட்டாங்கனு. அண்ணைக்கே அவங்க கண்ணை நோண்டி எனக்கு வச்சுட்டாங்களாம், ஆஸ்பத்திரியிலே" என்றான் மதுக்குஞ்சு.

"உனக்கு ஏதாவது கஷ்டமிருக்கா அதனாலே" என்று கேட்டேன்.

"ஒண்ணுமில்லே. ஆனா பார்வை இல்லே. பள்ளம்தான் ரொம்பிச்சு" என்றான் அவன்.

போன் மணி அடித்தது. ரிசீவரைக் காதில் வைத்துக் கொண்டேன். அப்பாதான்.

"வேலை முடிஞ்சுதா? என்ன சேத்துப் போட்டே?"

சுவடு, 1979

கொந்தளிப்பு

அந்த நாளை நினைக்கும்போது, எனக்கு நடுக்கம்தான் ஏற்படுகிறது. அன்று என் கபோலம் சிதற, என் கபோலத்தால் ஒரு விரோதியின் கபோலம் சிதறிற்று. மரணத்தைத் தேர்ந்தெடுத்துக்கொண்ட விதத்தில் முழுவாழ்வுக்குமே ஒரு அர்த்தம் கிடைத்துவிட்டது. அன்று நடந்ததை எல்லாம் ஏதோ அரைகுறையாகச் சொல்ல முடியுமே தவிர, தெளிவாக வர்ணிக்க முடியும் என்று தோன்றவில்லை. அன்றைய விடியலே அதற்கான விடியல் மாதிரிதான் பட்டது. வானத்து மூட்டம் எங்கும் கவிந்து பூமியை நோக்கிப் படர்ந்துகொண்டிருந்தது. ஒரு முகத்துக்கு மறுமுகமோ, ஒரு மரத்துக்கு மறு மரமோ தெரியவில்லை. மண்ணை ஒட்டிக் கொஞ்சம் வெளிச்சம் புழுப்போல் நெளிந்து கொண்டிருந்தது. கட்டிடங்களும் தாவரங்களும் உள்ளூர உருகிக்கொண்டிருந்தன. பறவைகள், மிகுந்த கலவரம் கொண்டிருந்தன. மின்னல் வீச்சுகளில் வரவிருக்கும் காலத்தின் துணுக்குப் பயங்கரங்கள் அவற்றிற்குப் புலப்பட்டனவோ என்னவோ? அவற்றிற்குப் புலனாகும் ஒன்று எனக்கு ஆகவில்லை என்று தோன்றியபோது கலவரம் என்னையும் பிடித்து ஆட்டத்

தொடங்கிற்று. புலப்படுபவைகூட மங்கிப்போகட்டும் எனச் சோர்வுகொள்ளும்படி இருந்தது சூழல்.

பேரெழுச்சி பற்றிய செய்திகள் காலங்காலமாக என் காதில் விழுந்துகொண்டிருந்தன. என் முன்னோர்களும் அவர்களின் முன்னோர்கள் இதுபற்றித் தங்களிடம் கூறியிருப்பதாகச் சொன்னார்கள். என் காலத்தைச் சேர்ந்தவர்களும் இப்படியே நம்பினார்கள். ஆனால் இதுகாறும் பொதுமையாக இருந்தது இப்போது முனைப்பு தட்டிவிட்டது என்று தோன்றிற்று. காலங்காலமாகக் கொண்ட பிரயாசைகளின் அவ்வளவு முகங்களும் இப்போது ஒன்றுசேர்ந்துவிட்டன என்றார்கள். ஆனால், அப்போதும் எழுச்சி இன்னவிதம் என்று யாருக்கும் கூறத் தெரிந்திருக்க வில்லை. கற்பனையால் பார்த்துக்கொண்டிருந்ததை வார்த்தைகளால் வர்ணித்துக்கொண்டிருந்தார்கள். விவேகி களுக்கு அப்போதும் சந்தேகம் ஏற்பட்டது. இதற்குமுன் குறித்திருந்த நேரங்களில் எல்லாம் பிசுபிசுத்துப் போனதுபற்றி அவர்கள் சரித்திர ஞானத்துடன் பேசினார்கள். ஆனால், மனுஷர்களில் பலரும் வரும் என்றுதான் நம்பினார்கள். மனுஷிகளும் நம்பினார்கள். இன்றும் துக்கம், இனிமேலும் துக்கம் என்பதை அவர்களால் ஏற்றுக்கொண்டு தொடர முடிந்திருக்கவில்லை. அவர்களுடைய துக்கங்கள் விளிம்பு கட்டிவிட்டன.

நான் ஊர்விட்டுக் கிளம்பும்போது உள்ளூரப் பயந்து கொண்டே கிளம்பினேன். மனித உள்ளங்களிலிருந்து பீறிடும் நெருப்பு என்னைப் பொசுக்கிவிடுமோ என்ற அச்சம் என்னை வாட்டிக்கொண்டிருந்தது. எனக்கு இன்னும் பார்க்க வேண்டும் என்றிருந்தது. பார்த்துப் பதிவுசெய்ய வேண்டும் என்றும் இருந்தது. கொந்தளிப்பில் நானும் ஆவேசம் பெற்று என்னை அழித்துக்கொள்ளும் தருணம் கூடும் எனில், அப்படியே நடக்கட்டும். புற எழுச்சியில் ஆவேசம் பெற்று மோசமான கோழைகளும் துணிச்சலான காரியங்களை ஆற்றியிருக்கிறார்கள். அன்று நிகழ இருப்பவற்றை மிக நுட்பமாக மூளையில் பதித்துக்

கொள்ள வேண்டும் என எண்ணி, பிரக்ஞையால் மூளையை உருட்டிவிட்டுக்கொண்டிருந்தேன். என் ஜாக்கிரதைகள் இன்னும் சில கணங்களில் குலைந்து போய்விடும் என அப்போது என்னிடம் யாரேனும் கூறியிருந்தால் நம்பியிருக்கமாட்டேன். என் உடைமைகள் என் பையிலிருந்து பறிபோய்விட்டன. உடையில் உரசி, உடம்பில் உரசாமல் என்ன கள்ளத்தனமான விரல்கள்! விழிப்பு நிலையை நான் முற்றாக இழந்திருந்தேன் என்பதற்கு இது நிரூபணமாயிற்று. அப்போது வாகனத்தின் இரும்போசைகளும் எனக்குக் கேட்கவில்லை. மனிதச் சந்தடிகள் ஏதும் என் காதில் விழவும் இல்லை.

நான் ஏறிய வாகனங்களும் சரியில்லை. சரியான போதைக் கூட்டம் அங்கு – அட, பாவிகளா! இவ்வளவு பகிரங்கமாகவா? – குடித்து, கஞ்சா அடித்து தலைசுற்றிச் சுழலும்போது, மீண்டும் கஞ்சா அடிக்கும் கூட்டம். பெண்கள் வேறு இடங்களுக்கு நழுவியிருந்தார்கள். நான் சரியாக மாட்டிக்கொண்டு சரிய ஆரம்பித்துவிட்டேன். ஒருநாளும் நான் அவ்வளவு குடித்ததில்லை. என் உடைமை களைத் திருடிக்கொண்ட கள்ள விரல்கள் என்னை ஒரு பூச்சிபோல் மாற்றிப் புட்டிகளில் இறக்கிக் குலுக்கியெடுத்து வெளியே வீசிவிட்டன. என் கடிவாளங்கள் எல்லாம் அறுந்துபோய்விட்டன. அதுகாறும் நான் அவற்றை இழுத்துப்பிடித்துக்கொண்டிருந்ததற்கு எந்தப் பொருளும் இல்லை என்றாயிற்று. தடை பழுதுற்ற வாகனம் பள்ளங்களில் உருளுவது போல் நான் சரிய ஆரம்பித்தேன். இனி நடக்க இருப்பவற்றைப் போதைப் பொறிகள் என்ன பதிவு செய்யும்? இந்தப் போதைப் பொறிகள் அளிக்கும் செய்திகளை, இந்தப் பிரக்ஞை இனி எப்படித் தொகுக்கும்? இதற்கு முன்னர் நடந்ததுபோலவே இப்போதும் நடந்துவிட்டதே. பொறிகளில் கசியும் போதைகளை முற்றாகத் துடைக்க எண்ணி நான் எடுத்துக்கொள்ளும் பிரயாசைகளும் பொறிகளைப் போதையில் முக்கும் காரியங்களாகச் சரிகின்றன. இதனால் எனக்கு ஏற்படும் மன ஆயாசம்

கொஞ்ச நஞ்சமல்ல. இவ்வாறு மனமுறிந்த ஒருநேரத்தில், "தற்கொலை தவிர வேறு மார்க்கமில்லை எனக்கு" என நான் கூறியபோது நீங்கள் என்னிடம் மிகுந்த கோபம் கொண்டீர்கள். கயிற்றிலிருந்து விடுபட்ட பம்பரத்தின் துக்கத்தை நான் சொல்ல முற்படும்போது, சொல்லச் சொல்ல பம்பரத்திற்கும் கயிற்றுக்குமான உறவைப் பற்றியே சொல்லிக்கொண்டிருக்கிறேன். இந்தத் துக்கமும் சேர்ந்ததில்தான் நான் தற்கொலையைப் பற்றிச் சொன்னதே.

நான் எதிர்பார்த்ததைவிடச் சீக்கிரமாகவே அந்த ஊருக்கு வந்துசேர்ந்துவிட்டேன். தெருவிளக்குகள் எரிந்துகொண்டிருந்தன. அவை விடிந்தும் எரியும் விளக்குகளா? அல்லது வரப்போகும் இருட்டை விரட்டவா? நான் எப்போது கிளம்பினேன்? எல்லாக் காலங்களிலும் நடந்திருந்த காரியங்கள் அப்போதும் நடந்துகொண் டிருந்ததால், காரியத்தை வைத்துக் காலத்தை எப்படி நிர்ணயிப்பது? அந்தக் கற்கட்டிடத்தின் படிகளில் மூன்று பெண்களைக் காவல் வீரர்கள் பிரம்பால் அடித்துக் கொண்டிருந்தார்கள். இவ்வாறு இவர்கள் பிரம்பால் அடிப்பதை வெவ்வேறு இடங்களிலும் வெவ்வேறு காலங் களிலும் நான் பார்த்திருக்க, இங்கு இவர்கள் இப்போது அடிப்பதை வைத்து இது எந்த இடம் என்றோ, எந்தக் காலம் என்றோ, எப்படிச் சொல்வது? அந்தப் பெண்களைப் போலவே இந்தப் பெண்களும் அசையாமல் உட்கார்ந்து கொண்டிருக்கிறார்கள். இருந்த இடத்தில் இருந்தே உடம்பை நெளிக்கிறார்கள். ரவிக்கையின் கீழே ஒருத்திக்கு தோல் உரிந்து ரத்தம் துளிர்த்திருந்தது. சுற்றிவர மனிதர்கள் நின்றுகொண்டிருந்தார்கள். ஆடை அணிந்திருந்தார்கள். தாடி மீசை இருந்தன. முகங்கள் இறுகிப்போயிருந்தன.

எனக்கு மயக்கமும் வயிற்றுப் புரட்டலும் வந்தன. ஒரு ஆவேச வாந்தி ஆரம்பம்கொள்கிறது என்று நினைத்தேன். குப்பைத் தொட்டியைப் பிடித்தவாறே நின்றுகொண் டிருந்தேன். அப்படியானால் என் சாட்சியம் என்ன? என்

பதிவுகள் எவ்வாறு? என் பங்களிப்பு எப்படி? சரித்திரம் எனக்காக எவ்வளவுதான் கதறித் துடித்தாலும், குப்பைத் தொட்டிப் பிடியைத் தளர்த்த முடியாது. அங்கு நின்று வாந்தி எடுத்தவாறு, வாந்தியெடுப்புகளின் இடைவேளைகளில் என்னென்ன பார்க்கமுடியுமோ அவற்றைப் பார்த்து என்னென்ன புரிகிறதோ அவற்றைப் பதிவு செய்யலாம். குப்பைத் தொட்டியை விட்டுத் தெருவில் குதித்து, தெருத் தெருவாக வாந்தியெடுத்து, வாந்தி எடுத்ததையெல்லாம் சரித்திரம் என்று சொல்லக்கூடாது என்று நினைத்தேன். நான் குடிக்காமல் இருந்திருந்தால் இன்னும் தெளிவாக இருந்திருக்க முடியும்.

அடர்த்தியான காடு ஊருக்குள் புறப்பட்டு வருவது போல் ஜனக்கூட்டம் வந்துகொண்டிருந்தது. தேனீக்களின் எண்ணற்ற கூடுகள் ஏக காலத்தில் கலைக்கப்பட்டது போல் பரவெளியில் ஹூங்காரம். போர் முழக்கத்தின் பீதியை விரோதிகளின் மனத்தில் ஆழப் பாய்ச்சும் ஹூங்காரம் அது. மிகப்பெரும் சாகஸம்கொள்ள இருப்பதைச் சரித்திரம் எவ்வளவு வலுவாக வெளிப்படுத்திவிட்டது. திட நிச்சயம் கொண்டிருக்கவில்லையெனில் அது இவ்வளவு பெரிய ஹூங்காரத்தை எடுத்த எடுப்பில் எழுப்பியிருக்க முடியாது. ஆக, இதற்கு முன் எப்போதும் வராமல் போன எழுச்சியல்ல இது. உருத்திரண்டு வந்துகொண்டிருக்கும் எழுச்சி. சரித்திரத்தில் மிகப் பெரிய கொந்தளிப்புக்குச் சாட்சியம் அளிக்கும் பாக்கியம் எனக்குக் கிடைத்திருக்கிறது.

நான் வாந்தி எடுக்க ஆரம்பித்தேன். இதுபோல் ரோஷம் கெட்டு நான் ஒருபோதும் வாந்தி எடுத்ததில்லை. என் குடல்கள் புறஉலகில் இழுக்கப்பட்டு, கண்ணுக்குப் புலப்படாத எந்த அசுத்தத் தொட்டிகளுடன் இணைக்கப்பட்டிருக்கின்றன? என்ன இது! இவ்வளவு அசுத்தங்களைக் குடலுக்குள் வைத்துக்கொண்டு சரித்திரத்தை எப்படிப் பதிவு செய்யப் போகிறேன்? ஜனக் கூட்டம் என்ன இப்படித் திரள்கிறது! ரோகிகள் இலட்சக்கணக்கில் கூடிவிட்டார்கள். மருத்துவர்களுக்கு எதிராக அவர்கள்தானே கலகத்தை

முதலில் ஆரம்பித்தார்கள். ஆமாம். துக்கத்தின் எரிவாயுக் கிடங்குகளில் அவர்கள்தான் முதல் நெருப்பு கிழித்தார்கள். நாற்றிசையும் பரந்துபிடித்துவிட்டது ஜ்வாலை. கடல் அலைகள் ஜ்வாலைகளாக மாறிக் கரையேறி வருகின்றன. தென்னந்தோப்புகள் பற்றி எரிந்தன. என்னைச் சுற்றி எங்கும் நீக்கமற நோயாளிகள். கண்ணுக்குப் புலப்படும் உறுப்புகள் அனைத்திலும் நோய் கொண்டவர்கள். புலப்படும் உறுப்புகள் பளபளவென்று இருக்க, புலப்படா உறுப்புகள் உள்ளூர அழுகிக்கொண்டிருப்பவர்கள். இவர்கள் மத்தியில் எனக்குப் பெரும் சகஜம் கிடைத்தது. சத்தத்தை அமுக்குவதற்குப் பதிலாக, ஊக்குவித்துக்கொண்டு ஓங்கார வாந்தி எடுக்க ஆரம்பித்தேன். வாந்தியில்தான் எத்தனை நிவர்த்தி! குடல் மட்டும் எடுக்க இவ்வளவு நிவர்த்தி என்றால் சகல உறுப்புகளும் எடுக்கத் தொடங்கினால் எவ்வளவு நிவர்த்தி ஏற்படும்! இந்த ரோகிகள் உருவாக்கும் சூழல்தான் எவ்வளவு சுதந்திர வாந்திக்கு இட்டுச் செல்கிறது!

ஒரு வயோதிக ஸ்திரீ என் தலையைப் பிடித்துக் கொண்டாள். அவள் ஏதும் என்னை விசாரிக்கவில்லை. உடற்பிரயாசையுடன் பலர் நகர்ந்து வந்து என்னை அரவணைக்க முற்படுகிறார்கள். என் உடல் குழைந்து, தலை சரிய முற்பட்டபோது, என் சிரத்தின் அடியே ஒரு மடி வந்தது. அது யாருடைய மடி என்று ஆராய எனக்குத் தெம்பில்லை. அங்கு ஒவ்வொருவரும், ஒவ்வொருவருக் காகவும் நெகிழ்ந்துகொண்டிருப்பதை நான் உணர்ந்தேன். ஒரு முந்தானை என் முகத்தைத் துடைத்தது. என்னால் நான் வாந்தியெடுக்கப்பட்டது போல் அவ்வளவு அசுத்தமாக இருந்தேன். ஆனால், என்னை சுச்ருஷித்த விரல்களின் குளிர்ச்சி என் உடல்பட்டு ஜில்லிட்டது. ஜீவன்கள் அங்கு அவற்றின் பிறப்பின் கூறுகளையும் வளர்ப்புக் கோலங்களையும் தோற்ற குணங்களையும் வீசி உதறி, மூலப் பண்புகளில் முயங்கப் பேராவேசம் கொண்டிருந்தன. ஒரு தடவை நான் லேசாகக் கண் திறந்து பார்த்தேன். விழி ஓரங்களில் இருளின் ஒரு பெரிய துண்டு

ஒட்டிக்கொண்டிருந்தது. அதை ஊடுருவிப் பார்த்தபோது தேன்கூட்டைப் பூதக்கண்ணாடியில் பார்ப்பது போல் திக்பிரமை அடைந்தேன். என்ன இப்படி கூட்டம் திரள்கிறது? புசுபுசுவென்று எங்கிருந்து வந்துகொண்டிருக்கிறார்கள் இப்படி? ஊர் ஊராகக் காலிசெய்து வருகிறார்களா? ஆறுகள் தாண்டி, மேடு பள்ளங்களில் ஏறி இறங்கி, காட்டுப் பாதைகளில் புகுந்து புறப்பட்டு வருகிறார்கள் போலிருக் கிறது. சகல பேதங்களையும் அழித்துக்கொண்டு சகல ஜீவன் களும் ஒன்றாகத் திரண்டுவிட்டன. ஜீவன்கள் ஒன்றுகூடித் தங்கள் மொத்த வடிவத்தை நீளமாக அமைத்துக்கொண்டு அதற்கு மேல் அவர்கள் இல்லாமல் இருக்கும்போதுதானே ஊர்வலம் என்பது சாத்தியம்? இங்கு காலூன்ற இடமில்லாமல் ஒவ்வொருவரும் மற்றவர்மீது புதைந்துகொண்டு நிற்கும்போது எங்கு அவர்கள் ஒதுங்குவது? காடுகள் புறப்பட்டதுபோலவும், மலைகள் நகர்வதுபோலவும் இவர்கள் வந்துகொண்டே இருந்தால் கொள்ளிடம் ஏது?

எனக்கு மயக்கம் போட்டுவிட்டது. அப்போதும் ஒரு பிரகாசமான மெழுகுவர்த்தி என் மனவெளியில் எரிந்து கொண்டிருப்பதை உணர்ந்தேன். மஞ்சளும் ஊதாவும் கலந்த அந்தச் சுடரின் அழகை எப்படி வர்ணிப்பது? பதட்டம் இல்லாமல் உடம்பைச் சுருக்கிக்கொண்டு அது மேலெழப் பார்க்கிறது. அதன் துடிப்பைப் பார்க்கும்போது நிமிர்ந்து வானக்கூரையை முட்டினாலும் அது அடங்காது என்று தோன்றுகிறது. அதன் வெளிச்சத்தில் எனக்குச் சகல காட்சிகளும் தெளிவாகப் புலப்பட்டன. முன்னால் மூளை மட்டும் பிரக்ஞையாக இருக்க, இப்போது உடம்பின் ஒவ்வொரு உறுப்பும் ரோமக்கால்களும் பிரக்ஞையாகி விட்டன. என் கைகள் தடவிவிடப்படுவதையும், என் நெற்றி அமுக்கப்படுவதையும், என் தலைமயிர் கோதிவிடப் படுவதையும் உணர்ந்தேன். காற்றின் ஸ்பரிசங்களையும் என் ரோமக் கால்கள் வழி, மிகுந்த ஆத்ம நிறைவுடன் சுவீகரித்துக் கொண்டேன். என் மனவெளியைப் பனித்துளிகளால் மெழுகுவது போல் இருந்தது.

ஒவ்வொருவரும் அவர்களுக்குரிய பள்ளத்தாக்குகளைக் காலிசெய்துகொண்டு வந்துவிட்டார்கள். சுதந்திரம் இல்லை எனில், பொன் கொண்டு, பெண் கொண்டு, பெற்றெடுக்கும் குழந்தைகள் கொண்டு ஏதும் புண்ணியமில்லை என்பது அவர்களுக்குத் தெளிவாகிவிட்டது. இந்த எளிய உண்மையை இவர்களுக்குக் கற்றுத்தரும் முயற்சியில் கோடானு கோடி வருஷங்கள் தோல்வி கண்ட சரித்திரம் இப்போது வெற்றி கண்டுவிட்டது. அவர்களுடைய சகல இருப்பிடங்களையும் இனி வன விலங்குகள் எடுத்துக்கொள்ளட்டும். அவர்கள் உடல் வருந்திச் செழிக்கவைத்த பயிர்கள் எல்லாவற்றையும் கொடிய மிருகங்கள் மேயட்டும். அவர்கள் காலங்கால மாகக் கட்டியெழுப்பிய வீடுகள் மீதும், பண்புகள் மீதும், ஊர்வனவோ இழைவனவோ புகுந்து புறப்படட்டும். அவர்களுடைய குழந்தைகளின் தொட்டில்களில் இனி பாம்புகள் குஞ்சு பொரிக்கட்டும். மரணங்களுக்குப் பயந்து அவர்கள் இதுகாறும் சகித்துக்கொண்டு வந்திருக்கிறார்கள். இனியும் சகிப்பது சாத்தியமில்லை. எந்த மரணத்துக்கு அவர்கள் இதுகாறும் பயந்து வந்தார்களோ, அந்த மரணத்தைக் கொடியாகப் பிடித்துக்கொண்டு இவர்கள் இப்போது புறப்பட்டுவிட்டார்கள். இனி, கத்தியைக் காட்டியோ, அம்பைக் காட்டியோ, வேலைக் காட்டியோ அவர்களைப் பயமுறுத்த முடியாது.

எனக்குப் பலர் விசிறினார்கள். நான் நகர்ந்து கொண்டிருப்பதும் எனக்கு அப்போது தெரிந்தது. தோளில் தூக்கிக்கொண்டு போகிறார்கள்போல் இருக்கிறது. விரிந்து, வியாபித்து, பரந்துகிடக்கும் ஒரு மலை, பூமியின் உறவில் மனம் கசந்து அடிவயிற்றை உருக்கிக்கொண்டு புறப்பட்டதுபோல் ஜனக்கூட்டம் நகர்ந்துகொண்டிருக்கிறது. அடிவானத்தில் தெரியும் பள்ளத்தாக்கை நோக்கி நகர்கிறது இந்தக் கூட்டம். கழுகுகள் மட்டுமே வாசம் செய்யும் பள்ளத்தாக்கு அது. அங்கு பல கொடிய விலங்குகள் எதிர்வினை தெரியாமல் கத்தி, அந்தக் கத்தலின் பயங்கரமான எதிரொலிச் சுழற்சியால் தாக்கப்பட்டு இறந்திருக்கின்றன. தலையால்

வானத்தை முட்டி, பாதங்களால் மேகத்தைத் துவைத்துக் கொண்டிருக்கும் பள்ளத்தாக்குகள் அவை. கீழே இருந்து நெடிதுயர்ந்து மேலோங்கும் மரங்கள் எதுவும் அதன் பாதங்களைத் தொட்டதில்லை. அந்த ராக்ஷஸ மரங்களின் அடர்த்திக்கு வானவெளி போதாமல் ஒன்று மற்றொன்றுள் பாய்ந்து கிழித்துக்கொண்டு வெளியே வந்துகொண்டிருந்தன. கீழேயிருந்து தனித் தனியாகப் புறப்பட்டவை மேலே பந்தலாகி ஒன்றுடன் ஒன்று பின்னிக்கொண்டிருந்தன. பள்ளத்தாக்கின் சிரசு என்று சொல்லும்படி இருந்தது ஒரு வழுக்கை மலை. அதில் சாய்ந்து இளைப்பாறிக் கொண்டிருந்தது வானம்.

தூரத் தொலைவிலேயே நான் கவனித்துவிட்டேன். பள்ளத்தாக்கின் கீழே நெடிதுயர்ந்த மரங்களிலெல்லாம் இலை காய் தெரியாமல் ஜீவன்கள் தொங்கிக்கொண்டிருந்தன. குரங்குகள் என்றுதான் முதலில் நினைத்தேன். அப்படியானால் வால்கள் எங்கே? குரங்குகள் அல்ல. ஆடையற்ற மனிதர்கள். ஆடைகளை வழிநெடுகக் களைந்துகொண்டு வந்திருக்கிறார்கள். ஆடைகளைக் களைந்து தொங்கிக் கொண்டு கிடந்தால் இனங்காண முடியாது என்ற கற்பனை போலும்.

அட பாவிகளா! நீங்கள் செய்த கொடுமைகளை எல்லாம் உங்கள் ஆடைகளா செய்தன? நீங்கள் செய்த அவ்வளவு கொடுமைகளும் உங்கள் விழிகளில் பிதுங்கி நிற்கும்போது, எங்கு அந்த விழிகளைப் பறித்து எறிவீர்கள்? ஒவ்வொரு முகத்தையும் நான் கூர்ந்து கவனித்தேன். எல்லோருக்கும் தெரிந்த விரோதிகள் அவர்கள். சிறிது காலம் அங்கு தொங்கிக்கொண்டு கிடந்தால், தலைகளைத் தப்பவைத்துக்கொண்டு மீண்டும் ஊருக்குள் வரலாம் என்ற சப்புக் கொட்டல் போலிருக்கிறது. அது இனி நடக்காது. இப்போது நீங்கள் வெட்டவெளிச்சமாகி விட்டீர்கள். மனிதகுலம் இதுகாறும் பேணிக்காத்து வந்த சகல பயிர்களையும் நீங்கள் அழித்துவிட்டீர்கள்.

முழு ஜனமும் இப்போது மழுங்கல் பாறையில் ஏறி விட்டது. அப்போது சற்றும் எதிர்பாராதவிதமாக ஒரு காரியம் நடந்தது. இதுபோன்ற ஒரு யோசனை அவர் களுக்கு இருக்கக்கூடும் என்று நான் அறியவேயில்லை. மலையிலிருந்து ஒவ்வொருவராகப் பள்ளத்தாக்கை நோக்கிக் குதித்தார்கள். கணந்தோறும் குதித்தவர்களின் எண்ணிக்கையை மதிப்பதுகூடச் சாத்தியமில்லை. நீரில் குதிப்பதுபோல் அவர்கள் குதித்தார்கள். மரணத்தின் கொடியை ஏந்திப் பிடித்துக்கொண்டு அவர்கள் குறி தப்பாமல் குதித்தார்கள். தலைகீழாக வந்த சிரங்கள், மரத்தில் தொங்கிக்கொண்டிருந்த சிரங்களில் மோதின. கபாலங்கள் மோதிப் பிளந்து தெறித்தன. அந்த மோதலில் வெளிப்பட்ட சத்தம் மலைமுகடுகளில் எதிரொலித்துச் சுருண்டு சுருண்டு வந்தது. அந்தச் சத்தம் வன விலங்கு களுக்குக் கேட்டிருக்கும். காட்டைத் தாண்டி அந்தச் சத்தம் ஊருக்குள் புகுந்து, ஊர்வனவற்றிற்கும் பறப்பனவற்றிற்கும் கிலியை மூட்டியிருக்கும். ஊர் தாண்டி, மலை தாண்டியும் கடல் தாண்டியும் எங்கேனும் மனித ஜீவன்கள் மிஞ்சியிருந் தால் அவர்களை அந்தச் சத்தம் சென்று அடைந்திருக்கும்.

கடைசி ஜீவனாக மிஞ்சிவிடக் கூடாது என்று நான் பயந்தேன். அப்படி மிஞ்சினால் அதுபோல் அவமானம் வேறு ஒன்றும் இல்லை. அப்போது எனக்கு வாழ்க்கையும் இல்லை. மனித ஜீவன்கள் அற்ற இடத்தில் உடல் மிஞ்சிக்கிடப்பது வாழ்க்கை ஆகாது என்பதை நான் நன்றாக அறிவேன். ஜீவன் களுடன் ஜீவன்கள் கொள்ளும் உறவு சாத்தியமில்லை எனில், மரணத்துடன் ஜீவன்கள் கொள்ளும் உறவே வாழ்க்கை. நானும் குதித்தேன். எனக்கும் குறி தப்பவில்லை. ஒரு கபாலத்தைச் சிதறடித்துக்கொண்டு என் கபாலம் சிதறிய சத்தம், என் காதில் விழுந்தது. நான் சிதறடித்த கபாலம் யாருடையது என்று எனக்குத் தெரியாது. ஆனால், அது சிதறடிக்கப்பட வேண்டிய கபாலம் என்பதில் எனக்கு எவ்விதச் சந்தேகமும் இல்லை.

மீட்சி, 1985

ஆத்மாராம் சோயித்ராம்

ஆத்மாராம் சோயித்ராம் இந்தியாவுக்குச் சுதந்திரம் கிடைத்துப் பத்து வருடங்களுக்குப் பின், ராஜஸ்தானில் பிக்கானீரில் பிறந்தான். சிறுவயதில் சிற்றன்னையின் – தகப்பனாரின் இரண்டாவது மனைவி–குத்தல் பேச்சுக்களைச் சகித்துக்கொள்ள முடியாமல் தகப்பனார் அவனைக் கூட்டிக்கொண்டு தெற்கே வந்தார். தாகூர்தாஸ் சோயித் ராமின் சுய சம்பாத்தியங் கள் அவருடைய பெயரில் இருந்ததால் அவர் தன் மனைவியைத் துரத்தியிருக்கவும் முடியும். ஆனால், “சொத்து அவளுக்கு, சுகம் எனக்கு” என்று ரயிலில் சக யாத்ரீகர்களிடம் தன் தலையெழுத்தைக் கூறி அழுதுகொண்டே வந்தார் அவர். அப்போது ஆத்மாராமுக்கு ஏழு வயது.

தாகூர்தாஸ் இலக்கிய ஈடுபாடுகள் கொண்டவர். பிரேம்சந்தின் எழுத்தில் மனத்தைப் பறிகொடுத்து, சுயமாக ஹிந்தி கற்று எழுத ஆரம்பித்தார். கவியாகிவிட வேண்டும் என்பது அவர் கனவு. சென்னை கிடங்குத் தெருவுக்கு, தூர உறவினர்களின் மொத்த ஜவுளிக் கடையில் இரண்டாம் கணக்கு எழுத அவர் புறப்பட்டு வந்த விதியை நொந்து கொண்டு, முற்றுப்பெறாத ஒரு நாவலும்

அவர் எழுதியிருக்கிறார். 'தெற்கே புல்வெளியைத் தேடி' என்பது அந்த நாவலின் தலைப்பு. அந்த நாவலில் ஓர் ஒட்டகமும் கதாபாத்திரமாக வருகிறது. நாவலில் தாகூர்தாஸ் தனக்குக் கொடுத்திருக்கும் பெயர் விஷ்ணுராம். ஒட்டகமும் விஷ்ணுராமும் நாவலில் நெடுகப் பேசிக்கொள்கிறார்கள். விஷ்ணுராம் தன் குழந்தைகளுடன் ஒட்டகத்தின் மீது அமர்ந்து தெற்கே வரும்போது, தான் பட்ட கஷ்டங்களை எல்லாம் அதனிடம் கூற, ஒட்டகமும் தன் துன்பங்களைக் கூறி, மன வியாகூலங்களைத் தணித்துக்கொள்ளும் வகையில் சில அறிவுரைகளைக் கூறுகிறது. புராதன கிரந்தங்களை மூலத்திலேயே கற்ற ஒட்டகம் என்பதால் வடமொழி சுலோகங்களைச் சொல்லி, பதவுரை சொல்லி, அர்த்தமும் சொல்கிறது. பாவம் ஒட்டகங்கள்! அவையும் மனிதனைப் போலவே துன்பப்படுகின்றன.

சோயித்ராம் தனது பதினேழாவது வயதில், தற்செயலாக ஒருநாள் தகப்பனாரின் கையெழுத்துப் பிரதிகளைப் படித்தான். கவிதைகள், முதல் மனைவிக்கு அவள் இறந்தபின் தன் கஷ்டங்களைச் சொல்லி எழுதிய கடிதங்கள், முற்றுப்பெறாத நாவல் முயற்சிகள். அது அவன் வாழ்க்கையில் ஒரு முக்கியமான தினம். ஒரு திருப்பு முனை. ஆமாம். அன்றும் அதற்கு முன்பு போல அந்தத் தூறல்... சாய்வாக, வலுவான ஊசிமுனைகள் போல் சாய்ந்து, தேங்கி நிற்கும் தண்ணீரில் பூக்கள் பொரிக்கின்றன. தன் உள்ளங்கையில் ஓடும் விதி ரேகைக்கும் அந்தச் சாரலுக்கும் ஏதோ தொடர்பு இருந்துவருகிறது. தகப்பனாரின் கையெழுத்துப் பிரதியிலிருந்து ஆவேசமும் பரவசமும் உள்ளுருகலும் பெற்றுக்கொண்டிருந்தபோது சாரலின் பளபளப்பைக் கவனித்தான். அவன் திரும்ப வேண்டிய பாதைகளுக்கு அவை எப்போதுமே வழிகாட்டி இருக்கின்றன. குளித்துச் சொட்டச் சொட்ட நிற்கும் மரங்களும் பூமியின் ஈரமும் சிறுகுட்டைகளும் அழுந்திய பாதங்களின் சுவடுகளும் – கடவுளே, எவ்வளவு அழகாய் இருக்கின்றன ஒவ்வொன்றும்! கையெழுத்துப் பிரதிகளுக்கு

இடையே, தன்னிகரற்றவர் எனக் கருதப்பட்ட ஒரு நாவலாசிரியருக்கு அவனுடைய தகப்பனார் எழுதிய கடிதமும் கிடைத்தது. என்ன மனந்திறந்த பாராட்டு! தன் தகப்பனார் பெரிய மனத்துடன் வாழ்ந்திருக்கிறார். அவருடைய பிழைப்பு அவரைக் கணக்குப் புத்தகங்களில் அடையாளத்துக்கு வைக்கும் தாள்போல் சொருகிவிட்டது. ஆனால், தன் சிறுவயதில்கூட ஏதோ வித்தியாசமான ஓர் அம்சம்—கிடங்குத் தெரு புதுத்துணி நெடிகளுக்குச் சம்பந்தமில்லாத ஒரு வாசனை—அவரிடம் இருந்ததை அவன் உணர்ந்திருக்கிறான். நினைவுகளைத் தொகுக்கும்போது அந்தச் சுகந்தம் மீண்டும் இப்போது மூக்கோரம் வருகிறது. பக்கத்தில் படுத்துக்கொண்டு அவர் பேசிய பேச்சுகள் நினைவுக்கு வந்தன. அவனுடைய தலைமயிருக்குள் விரல்களை விட்டுச் சற்றே முரட்டுத்தனமாகப் பிசைவார். கட்டுக்கடங்காத அன்பிலிருந்து வரும் முரட்டுத்தனம் அது. அவற்றின் அருமை அப்போது தெரியவில்லை. அவர் வாயிலிருந்து வந்த பாக்குத் தூளின் மணம்தான் அப்போது பிரதானமாக இருந்தது. இப்போது எல்லாமே புரிந்துவிட்டது. என்ன கற்பனை அவரிடம்! ஜீவராசிகளிடம்தான் எவ்வளவு தயை! எப்படி இந்தக் கேடுகெட்ட மனிதர்களிடம் இவ்வளவு பிரியத்தை வைத்துக்கொண்டிருந்தார்? எப்படி இரண்டாம் கணக்குகளை ஜோடித்துக்கொண்டிருக்கும்போதே, சிறகடித்துப் பறந்துகொண்டிருந்தன அவரது இறக்கைகள்! துரதிர்ஷ்டம் என்றுதான் சொல்ல வேண்டும். அவருடைய ஒரு கவிதை, ஒரு கதை, ஒரு கடிதம் பிரசுரமானதாகத் தெரியவில்லை. எவற்றையேனும் அவர் தபாலில் சேர்த்தாரா என்பதுகூடத் தெரியவில்லை. அந்தத் தன்னிகரற்ற நாவலாசிரியருக்கு அவர் எழுதிய கடிதத்தைக் கூட அநேகமாக அவர் தபாலில் சேர்த்திருக்கமாட்டார். கிடங்குத் தெரு ஏர்கண்டிஷன் ஜம்பங்களுக்கு அவரது ஆத்மா தெரியாது. கடவுளே, என்ன கொடுமை இது! கன்னத்தில் புற்றுநோய் துளைத்த துவாரம் வழி வெத்திலைத் தாம்பூலம் வழிய அவர் இறந்துபோனார். கடையோரம் சதா புகையிலையை அடக்கிவைத்துக்கொண்டிருந்தது

போலவே, தன்னுடைய பிரகாசத்தையும் தன் உடம்பால் அவர் மூடி மறைத்துக்கொண்டிருந்திருக்கிறார்.

சோயித்ராம் சாரலில் நனைந்துகொண்டே ஓடினான். ஹிந்தி கிதாப் மந்திர் நோக்கி ஓடினான். அவன் வாங்கிய முதல் புத்தகம் அது. தன் தகப்பனை நெகிழவைத்த ஊற்றை அவன் தெரிந்துகொள்ள வேண்டும். அன்றிரவு அந்த நாவலைப் படித்துவிட்டு, விடியலில் தோட்டிகள் தெரு கூட்டும்போது, ஏதும் டீக்கடைகள் திறந்திருக்கிறதா என்று அவன் தேடிக்கொண்டே, ஈரத்தில் தன் சுவடு படியப் போனதை அவனால் என்றுமே மறக்க முடியாது.

தெற்கத்திய ஜில்லாக்களில் தனது ஒன்றரை வருட மாதந் தோறுமான யாத்திரைகளில் சோயித்ராமின் தடங்களும் தங்கலும் நடமாட்டங்களும் நிர்ணயமாயிருந்தன. இரண்டு சூட்கேஸ் சாம்பிள்கள். தன் சொந்தப் பெட்டி ஒன்று. தோள் பையில் புத்தகங்கள். எக்மூரில் மாலை ரயில் ஏறி மதுரையில் காலை வந்து இறங்குவான். அங்கு வழக்கமான ஹோட்டலில் தங்கி, மனத்தடங்கலுக்கு ஏற்ப வேலைகள் பார்த்து, சுற்றுப்புற ஊர்களில் உள்ள கடைகளையும் பார்ப்பான். அடுத்து நெல்லை தங்கல். அங்கும் சுற்றுப்புற ஊர்கள். அடுத்த தங்கல் நாகர்கோவில். அங்கும் சுற்றுப்புற ஊர்கள். வேலைகளைத் தட்டி நெருக்கி ஒருநாள் முற்பகலோடு முடித்துவிடும் வெப்ராளம் அவனுக்கு ஏற்படும். எவ்வளவுதான் அமுக்கினாலும் துருத்திக்கொண்டு பீறிடும் வேலைகளைக் குற்ற உணர்ச்சியுடன் கத்தரித்துவிட்ட பின்பு அவனுக்குக் கன்னியாகுமரி பஸ் ஏறவும் முடியும்.

அப்போது மனதுக்கு ஒரு லகரியை ஊட்டத் தொடங்குவான். எந்தப் பொறியைத் தட்டி மூளை அதை ஏற்படுத்துகிறதோ! மனம் பரபரப்புக் கொள்ளும். சகல ஜீவராசிகளின் மீதும் இயற்கை மீதும் மனத்தில் இருந்து அன்பின் வெள்ளம் பீறிட்டு 'ஜோ' மழையாக அவற்றை நனைக்கும். எப்போதும் விவகார உலகத்திலிருந்து விடுபட

வைத்த தாண்டலை அவன் உணரும் வகைக்கு வருவது, சில கவித்வ வரிகள். இரவு அங்கு தங்கல். அங்கிருந்து திருவனந்தபுரம் மெயில் பிடித்து, சென்னைக்குப் போவான். வீண்சுற்று என்று முதலாளிக்கு வருத்தம்தான். சொல்லிப் பார்த்தார். சோயித்ராம் காதில் போட்டுக்கொள்ள வில்லை. சில விஷயங்களை விட்டுக்கொடுக்க முடியாது. சாவகாசம் இருந்தால் ரயில் ஏறுவதற்குமுன் கொஞ்சம் குடிப்பான். அவ்வப்போது குடிப்பவர்களின் மீது, சில பெண்கள் போல் அவ்வூர் பிரியம் கொள்கிறது என்று அவனுக்குத் தோன்றும். இயற்கையின் களியாட்டங்களையும் செழுமைகளையும் ஊர்வலம் கொள்ளக் கோஷிப்பதுபோல் ரயில் பாய்ந்து முன்னேறும். அடிவானம் வரையிலும் விரிந்து கிடக்கும் நீர்ப் பரப்புகள். படுத்து இளைப்பாறலாம் என்று நம்பிக்கைகொள்ளும் அளவுக்குக் கட்டில் மாதிரி கனமான பச்சைப் பாசி, கரையோரங்களில் சொதசொதவென்று. நீர் நிலைகளில் மர நிழல்களின் மென்மையான நெளிவுகள். இந்தப் பயணங்கள் அவனிடம் தப்பாமல் சில கவிதைகளைத் தோற்றுவித்திருக்கின்றன. இந்த ரயில் கவிதைகள் மனதுக்கு உகந்த பத்திரிகையில் ஓடிப்போய்ப் பிரசுரமாகிக்கொள்ளும் ராசிகளும் கொண்டவை. இயற்கையின் கோஷங்களின் மீது அமர்ந்து முன்பாய்ந்து செல்வதை முதலாளிக்காக விட்டுக்கொடுக்க முடியாது. எண்ணற்ற மனங்களில் தன் கவிதைகளின் சலனங்கள் கடித வரிகளாகிக் கைகுலுக்க வருவதை விட்டுக்கொடுக்க முடியாது. என் தகப்பனைப் போலவே நானும் கவித்வம் கொண்டவன். கவித்வம் கொண்டவன் என்ன! கவிஞன். காலம் தன் வாழ்க்கையை உருக்குலைத்துவிடுமோ என்று அவர் பயந்தார். இளமையில், நாசியில் ரத்தம் கக்க முகத்தில் விழுந்த சில அறைகள், மிக மோசமான ஆயுதங்களை எதிர்காலம் அவருக்காகப் பதுக்கி வைத்துக்கொண்டிருக்கிறதோ என்ற கிலியை அவருக்கு ஏற்படுத்தியிருந்தன. நான் அப்புராணி அல்ல. பயந்தாங்கொள்ளி அல்ல. கவிதைக்காக நான் சாகத் தயார். காலமே, ஒரு மோசமான தாக்குதலை என் மீது நிகழ்த்து. என்னை உருக்குலை. சின்னாபின்னப் படுத்து. நீ

பார்த்து வெட்கப்படும் அளவுக்கு உனக்குக் கவிதையில் பதில் சொல்கிறேன்.

எனக்கு முகங்கள் பிடிக்கின்றன. இந்த உலகத்தில் உள்ள அவ்வளவு பெண்களையும் பார்க்க எனக்கு ஆசையாக இருக்கிறது. ஹோட்டல் ரூம் பாய்கள் அவ்வளவு பேரையும் எனக்குப் பார்க்க வேண்டும். அந்தஸ்துக்குப் பின்னால் மறைந்துகொண்டிருக்கும் சகல கொடுமைகளையும், மானங்களுக்குப் பின்னால் மறைந்துகொண்டிருக்கும் அவமானங்களையும், மனித மனத்தின் சகல அழுக்குகளையும் சகல புனிதங்களையும். அதற்காகத்தான் இந்த சூட்கேஸ்களைச் சுமக்கிறேன். முதலாளி நினைத்துக்கொண்டிருக்கிறான் சோற்றுக்கு என்று. அவன் வயிற்றை நன்றாக நிரப்பி மிச்சம் நான் உண்பதற்கு என்று. இது வேலை அல்ல. ஒரு இளைப்பாறல். ஒரு தயார் எடுப்பு. அணைத்துக்கொள்ள இருக்கும் காலம் அழைப்பதற்காகக் காத்திருக்கிறேன். மரங்கள் போல், செடிகள் போல், கொடிகள் போல், தடாகங்கள் போல், குன்றுகள் போல், மான்கள் போல், பசுக்கள் போல், மனித ராசியும் அம்மணமாக இருப்பதில் எவ்விதத் தவறும் கிடையாது. அந்த விவேகம் இனி மனிதனுக்குக் கூடும் சாத்தியம் இல்லை என்பதால் உன் பிழைப்புக்குக் கேடு இல்லை. ஆனால், உன்னுடைய சேமிப்புக்குப் பின்னால் சைபர்கள் சேர்த்துக்கொண்டு போவதல்ல என்னுடைய வேலை. நான், காலொடிந்து சேற்றில் புரளும் ஜீவன்களுக்கு அவர்களுடைய சிறகுகளைக் காட்ட வந்தவன். இப்போது பதுங்கிக்கொண்டிருக்கிறேன்.

நான் யார் என்று உங்களுக்குத் தெரியாது. என் தகப்பனை உங்கள் வர்க்கத்துக்குத் தெரியாதது போலவே என்னையும் உங்கள் வர்க்கத்துக்குத் தெரியாது. கடைசி வரையிலும் இது இப்படித்தான் இருக்கும். நம் ஊரை வைத்து, நாம் பேசும் மொழியை வைத்து, நம்மவர்கள் கட்டும் பஞ்சகச்சத்தை வைத்து, “நாம் நாம்” என்பாய் நீ. உங்களில் ஒருவன் அல்ல நான். இன்று நான் அதைச்

சொல்லாமலேயே இருக்கிறேன். ஒருநாள் நான் அதைக் கத்திச் சொல்வேன். உங்கள் சங்கத்தின் உறுப்பினர் கூட்டம் நடந்துகொண்டிருக்கும்போது மேடையேறிக் கத்திச் சொல்லிவிட்டுப் போவேன். உன்னதங்களை நீங்கள் அறிந்ததில்லை என்று நான் சொல்வேன். உங்கள் சிதைகளை நீங்களே எரித்துக்கொண்டிருக்கிறீர்கள்.

நான் விஷ்ணுராம் என்ற பெயரில் கவிதைகள் எழுதுகிறேன் என்பது உங்களுக்குத் தெரியாது. அது தெற்கு நோக்கி வந்த என் தகப்பனின் வருத்தத்தின் பெயர். அதே பெயரில் இந்தியா புளகாங்கிதம் கொள்ளும் காலத்தை நான் உருவாக்குவேன். எனக்குப் புத்தி போதவில்லைதான். என் உடலும் மகா ஒல்லியாக இருக்கிறது. என் கூடுகட்டிய மார்பை மறைக்கவும் முடியவில்லை. சில சாம்பிள்களுக்குச் சிலவேளை எனக்குக் கொள்முதல் விலை மறந்துபோகிறது. சில பெரிய புள்ளிகளை ஐஸ்புட்டியில் இறக்க என்னால் முடியவில்லை. தொலைபேசி எண்களை நினைவுவைத்துக் கொள்வதில் கிடங்குத் தெருவிலேயே நான்தான் மிக மோசம். இவை எல்லாம்தான் உங்களுக்கு என்னைப் பற்றித் தெரியும். இதனால் நான் ஆளாகும் அவமானங்களும் கொஞ்ச நஞ்சமல்ல. காலமே, பொறு.

மதுரையில் அந்தப் பிரபலமான கடையில் பெரிய முதலாளியிடம் நான் பேசிக்கொண்டிருக்கும்போது, அந்த ஒல்லியான உயரமான பெண் பரபரப்புடன் வந்து "தாத்தா, இந்தக் கவிதையைப் படித்துப் பாருங்கள். எவ்வளவு அற்புதம்!" என்றாள். அவர், "இப்போ எனக்கு நேரமில்லை" என்றார். உனக்குத் தெரியுமா? அவள் காட்டியது விஷ்ணுராமின் கவிதை. அந்தக் கவிதையிலேயே மிக உயிரான வரியை அவள் சொன்னாள். நான்தான் எனச் சொல்லத் துடித்தது என் நாக்கு. சொன்னால் அன்றைய மதிய விருந்து அவர்கள் வீட்டில் – அவள் பரிமாற. அந்தப் பெண் நிச்சயமாக ஆட்டோகிராப் வாங்கிக்கொள்வாள். "உடனடியாக ஒரு கவிதை எழுதிக் காட்ட முடியுமா?" என்று பரீட்சை வைப்பாள். அது அவளைப்பற்றி இருக்க

வேண்டும் போலும்! ஆனால் பிரபஞ்சத்தைப் பற்றியது என்ற தோரணையில் படித்துவிட்டு வெகுவாகப் புகழ்ந்து பேசுவாள். பெண்களே, உங்களை என்னவென்று சொல்ல? உங்கள் வெகுளித் தனங்கள், உங்கள் அழகுகள்!

சென்னை கிடங்குத் தெருவில் வென்சிமால் கலாசந்த் கடையின் கதவிலக்க எண் 119. அந்த இலக்கத்தில் கடந்த நூறு வருடங்களில் தொழில் நடத்திய பலரும் கோடீஸ்வரர்கள் ஆகியிருக்கிறார்கள். கிடங்குத் தெருவில் மூன்று ராசியான கடைகளில் அதுவும் ஒன்று என்று கருதப்படுகிறது. பலருடைய அபிப்பிராயத்தில் அதுதான் முதன்மையானது. முதலில், பூமியிலிருந்து படியேறி – ஏணிப்படி ஏறாமல் – கடைக்குச் செல்லலாம். பெரிய அதிருஷ்டம். அங்கு ஒவ்வொரு கடையும் ஒரு கௌபீனம். இதுவோ, விசாலமான ஹால். வித்தியாசமான பழக்கவழக்கங்களை அந்தக் காலத்திலிருந்தே கொண்ட கடை. பிற கடைகளை ஒன்பது மணிக்குத் திறக்கும்போது இந்தக் கடையை ஏழுமணிக்குத் திறக்கிறார்கள். முதலில் இதில் தொழில் நடத்திய சிமன்லால் மோதி தனது 26 வயதிலிருந்து 76 வயதுவரையிலும் சரியாக ஏழுமணிக்கு இந்தக் கடையைத் திறந்திருக்கிறார். அவர் முன்னே வர, பின்னே ஒரு ஆயா வந்துகொண்டிருப்பாள். அவர் கடையைத் திறந்து இரண்டு பலகைகளைத் தூக்கி ஓரம் வைப்பார். அவர் உள்ளே நுழைந்ததும் ஆயாவும் நுழைந்து அவருடைய இருக்கைகளையும், கணக்குப் புத்தக அலமாரிகளையும், வெளியே வைத்திருக்கும் ஃபைல்களையும் தூசி தட்டுவாள். அவர், டிராயரைத் திறந்து வெள்ளைத் துணிகளை எடுத்துக்கொடுக்க ஸ்வாமி படங்களை – நெற்றிப்பொட்டுகள் உதிராமல் – துடைப்பாள். அப்போது தெரு தூங்கிக்கொண்டிருக்கும். இரண்டு மணி நேர அமைதியில், கணக்கு எழுதுதல், கடிதம் எழுதுதல் எல்லாவற்றையும் முடித்துவிடுவார் சிமன்லால் மோதி. அவருடைய பெண் வயிற்றுப் பேரன்தான் இப்போது கடை நடத்திக்கொண்டிருக்கிறான். பெயர் வித்தல்தாஸ். வயது 47.

வித்தல்தாஸ் பிசானி என்ற பெயரில் மற்றொரு பெரியவரின் கடை 289ஆவது இலக்கத்தில் இருக்கிறது. அதுவும் பெரிய கடை. இவரைப் பிரித்துச் சொல்ல வித்தல்தாஸ் பிசானி ஜுனியர் என்று சொல்ல ஆரம்பித்து, இப்போது ஜுனியர் என்றே அவருடைய பெயரும் அந்தக் கடைக்குப் பெயரும் ஆகிவிட்டது. ஆத்மாராம் சோயித்ராம் தொலைபேசியில் பேசும்போது, “ஜுனியர் கடையில் இருந்து பேசுகிறேன்” என்றுதான் சொல்வான். அவ்வாறு ஒரு பெயர் ஏற்பட்டது அந்தக் கடையின் அதிருஷ்டம். நினைவில் ஒட்டிக்கொள்ளும் பெயர்கள் நம்மைக் கைதூக்கிவிடும் பாங்கை நாம் உணருவதில்லை.

அன்றும் வழக்கம்போல் ஆத்மாராம் சோயித்ராம் ஒன்பது மணிக்குக் கடைக்குச் சென்றான். காக்கி உடை அணிந்து வெள்ளைத் தொப்பி வைத்துக்கொண்டிருந்த பையன்கள் கடையைச் சுத்தம் செய்ய, விற்பனையாளர்கள் அட்டம் அடுக்கிக்கொண்டிருந்தார்கள். ஜுனியர் முதலாளியின் தம்பியர் இருவரும் வந்திருந்தார்கள். கடைக்குள் மூன்றுபேருக்கும் தனித்தனியாகக் கண்ணாடி அறைகள் இருந்தன. மூன்று பேரும் மிகவும் ஒற்றுமையாகத்தான் இருந்தார்கள் – சென்ற விஜயதசமிக் கணக்கை முடிப்பது வரையிலும். மூன்றாவது தம்பியை பம்பாய்க்கும் அகமதாபாதுக்கும் சூரத்துக்கும் தொடர்ந்து கொள்முதலுக்கு அனுப்ப வேண்டிய ஒரு சூழ்நிலை ஏற்பட்டது. ஜுனியருக்கு ஒரு மாரடைப்புத் தாக்குதல் வந்தது. கிடங்குத் தெரு முதலாளிகளுக்குப் பொதுவாக 47வது வயதில் மாரடைப்பு வரும் என்று ஒரு பேச்சு உண்டு. அந்த வயதில் அவர்கள் அதிகப்படியான செக்குகளில் கையெழுத்து போட்டுவைப்பார்களாம். ஏதும் ஏற்பட்டுவிட்டால் பேங்கிலிருந்து பணத்தை எடுக்க. ஜுனியருக்கு 47ஆவது வயதில் மாரடைப்பின் முதல் தாக்குதல் வந்தது. ஒரு முத்தமும் ஒரு கிள்ளலும் போன்ற தாக்குதல். அதுவரையிலும் தென்னிந்தியா பூராவும் சூறாவளியாகச் சுற்றிக்கொண்டிருந்த ஜாம்பவான் அவர்.

கடையிலிருந்துதான் அவர் காரியங்களைப் பார்க்கமுடியும் என்றாகிவிட்டது. இந்தச் சந்தர்ப்பத்தைக் கடைசித் தம்பி பயன்படுத்திக்கொண்டான். இரண்டாவது தம்பிக்கு ஏற்கெனவே நிர்வாகத் திறனும் இரண்டாம் கணக்கும் நன்றாகவே படிந்திருந்தன. இரண்டு பேருடைய மனைவிகளும் கஜக் கெட்டிக்காரிகள். ஒவ்வொரு நாளும் இருவரும் சேர்ந்து காரில் வந்து கடையை நோட்டம்போட்டுவிட்டுப் போவார்கள். ஜூனியரின் கண்ணாடி அறையைத் தாண்டி அவர்கள் போகும்போது அவரைப் பார்த்து லேசாக புன்முறுவல் பூத்துவிட்டுப் போவார்கள். ஒரே மாதிரியான கோணத்தில் முகத்தைத் திருப்பி, ஒரே மாதிரியான புன்முறுவலை எப்படி இருவராலும் பூக்க முடிகிறது? சரி. அது புன்முறுவல்தானா? ஆத்மாராம் சோயித் ராம் தீர்க்கமாக யோசித்திருக்கிறான், அது புன்முறுவல் போலவும் தோன்றும். வலிப்பு போலவும் தோன்றும். ஆனால், ஒன்று நிச்சயம். அவர்கள் ஒவ்வொரு முறை கண்ணாடி அறையைத் தாண்டிப் போகும்போதும், ஒருநாள் ஆயுள் ஜூனியருக்குக் குறைகிறது. தம்பிகளுக்கு வயதாகிக்கொண்டிருப்பதும் ஜூனியருக்குப் புரிவதில்லை. அவர் கல்லூரிக்குப் போகும் நாட்களில் தம்பிகள் இருவரையும் சைக்கிளின் பின்பக்கம் ஏற்றிக்கொண்டுபோய்ப் பள்ளிகளில் இறக்கி விடுவாராம். அந்த வயதுகளில்தான் அவர்கள் இப்போதும் இருக்கிறார்கள் என்ற நினைப்பு. இதுதான் பெரிய பிரச்சினை.

சோயித்ராம் நடுநிலைமை வகித்துவிடுவது என்று நினைத்தான். நமக்கென்ன, அடித்துக்கொள்வார்கள்; பிரிந்துகொள்வார்கள். அடுத்தவனை ஏமாற்ற ஒன்றாகச் சேர்ந்துகொள்வார்கள். ஆனால், அவன் அறியாமலே அவனுக்கு ஜூனியரின் பெயரில் ஒரு மனச் சாய்வு ஏற்பட்டது. அவர் சில ஜனநாயகப் பண்புகள் கொண்டவர் என்றும், தம்பிகள் சர்வாதிகாரிகள் என்றும் அவன் மனம் சொல்லிற்று. அப்படியானால் சர்வாதிகாரத்துக்கு எதிராக ஜனநாயகத்தைத்தானே ஆதரிக்க வேண்டும். மூத்தவரின் மனைவி தம்பிகளின் மனைவியரைவிட மெத்தப் படித்தவள்.

பாய்ந்து அவனிடம் எதையோ கூறத் தத்தளித்தன. கவரின் ஓரத்தை அவனால் நிதானமாகக் கிழிக்க முடியவில்லை. அவன் வேலையில் இருந்து நின்றுகொள்ள வேண்டும் என்றும், சாம்பிள் பெட்டிகளைக் கடிதம் கொண்டுவரும் அர்ஜுன் சிங்கிடம் ஒப்படைத்துவிட வேண்டும் என்றும் இருந்தது. சின்னத் தம்பியும் நடுத் தம்பியும் கையெழுத்துப் போட்டிருந்தார்கள்.

"நான் ஜுனியரால் வேலைக்குச் சேர்க்கப்பட்டவன். அவர்தான் என்னைப் போகச் சொல்லவும் வேண்டும்" என்றான் சோயித்ராம்.

"அவர் நேற்று முன்தினம் காலமாகிவிட்டார்" என்றான் அர்ஜுன் சிங். உணர்ச்சிவசப்படாமல் இதைச் சொல்ல அவன் முன்தயாரிப்பு எடுத்திருந்தான்.

"அட பாவி!" என்று கத்திக்கொண்டே நாற்காலியில் அமர்ந்தான் சோயித்ராம். "என்ன இது? என்ன இது?" என்றான். அவனுடைய கண்கள் கலங்கி முகமும் கோணிவிட்டது. அர்ஜுன் சிங் முன்னால் அழக்கூடாது என்று அவனுக்குத் தோன்றிற்று. அவன் ஆவேசத்துடன் எழுந்திருந்து சாம்பிள் பெட்டிகளைத் திறந்து சாம்பிள்களை அள்ளிக் கட்டிலின் மீது வீசிக்கொண்டே "இந்தா எடுத்துக்கொள்" என்றான். ஆர்டர் புத்தகங்களைக் கட்டிலில் வீசி எறிந்தான். பால் பாயின்ட் பேனா, கார்பன் தாள்கள், ரப்பர் ஸ்டாம்பு எல்லா வற்றையும் ஒவ்வொன்றாகக் கட்டிலை நோக்கி வீசினான். "நான் போகிறேன்" என்று சொல்லிக்கொண்டே அவன் தன் கைப்பெட்டியை எடுத்துக்கொண்டு வெளியேறினான்.

மறுநாள் காலையில் எழும்பூரில் இறங்கியதும் ஒரு ஆட்டோ அமர்த்திக்கொண்டு ஜுனியர் வீட்டை நோக்கி சோயித்ராம் விரைந்தான். அவருடைய மனைவியை அவனுக்குப் பார்க்க வேண்டும் என்றிருந்தது. எப்படி அவளை எதிர்கொள்ளப்போகிறோம் என்றும் இருந்தது.

1985

வந்துகொண்டிருந்தன. இந்தச் சத்தம் அவனுக்கு மிகவும் பிடிக்கும். பல தலைகள் வேனிற்காலத்தை ஒப்புக்கொண்டு பவ்யம் கொள்கின்றன. இல்லையென்றால் இவ்வளவு உற்சாகம்கொள்ள வேண்டியதில்லை கத்திரிகள். இரவு அறைக்குத் திரும்பியபோது, அந்தக் கத்திரிக்கோல்களின் சத்தம் தவிர, தான் சந்தோஷம்கொள்ளும் காரியம் ஒன்றுகூட பகலில் நடக்கவில்லை என்று மனத்திற்குள் சோயித்ராம் நினைத்துக்கொண்டான். வெயில் வறுத்தெடுத்து விட்டது. இவ்வளவு கடுமையான வெயில், மாலையில் ஒரு சாரலைக் கொண்டுவந்திருக்க வேண்டும். கொண்டு வரவில்லை. போன பல கடைகளில் முதலாளிகள் இல்லை. முதலாளிகளுடன் நிகழ்ந்த அமர்வுகளும் சுகப்படவில்லை. ஒன்று, கடைகளில் அதிகக் கூட்டம். அல்லது, அவர்களை வேறு விதத்தில் பிடுங்கும் தொலைபேசி அழைப்புகள். பேங்க் மிச்சங்களும் சரி இல்லை. அது நன்றாகவே தெரிந்தது. மோசமான தினம். அதைத் திரும்பிப் பார்க்காமல் இருப்பது நல்லது என்று மனத்திற்குள் சொல்லிக்கொண்டான். உள்ளாடைகள் உடம்பிலும், மேலாடைகள் உள்ளாடை களிலும் ஒட்டிக்கொண்டிருந்தன. அனைத்தையும் அவிழ்த்துக் கட்டிலில் எறிந்துவிட்டு அம்மணமாக ஓடிப் போய் 'ஷவரு'க்குக் கீழே உட்கார்ந்தான். தலை சீவி, சுத்தமான ஆடைகள் அணிந்து அதிகமாகப் பவுடர் தட்டிக் கொண்டான். வெளியே வெகுதூரம் நடந்துசென்று, ஆள் அரவம் குறைந்த ஒரு இடத்தில், வித்தியாசமான சுத்தமான ஏதேனும் உணவுகள் கிடைக்குமா என்று பார்க்க வேண்டும் என்று தோன்றிற்று.

கதவை லேசாகத் தட்டும் சத்தம் கேட்டது. திறந்தான். ஒரு சூட்கேசுடன் ஒரு இளைஞன் உள்ளே வந்தான். சுருட்டைத் தலை. வாயில் சிகரெட். கிடங்குத் தெருவில் பல சமயங்களில், சந்தடிகளில் அந்த முகத்தை அவன் பார்த்திருக்கிறான். "இந்தக் கடிதம் உனக்கு" என்று அவன் ஒரு கவரை நீட்டினான். சோயித்ராம் மனத்தைப் பீதி கவ்விக்கொண்டது. அவனுடைய உள்ளுணர்வுகள் எழும்பிப்

இருந்து ஒருவர், "ஜகதாம்பிகா வாயில் சாரி இருக்கிறதா?" என்று கேட்டார். அவருக்கு வெளியே வர முடியவில்லை. சின்னத் தம்பி கையை உயர்த்தி, "இருக்கிறது; நீங்கள் இப்படி வந்துவிடுங்கள்" என்று கடையின் மறுபக்கத்தைக் காட்டினார். "அவரை விடுங்கள், தயவு செய்து" என்றார். கூட்டம் கலைந்தது. சோயித்ராம் தம்பிகளின் முகத்தைப் பார்த்தான். அவர்கள் முகங்கள் மிக மோசமாகச் சிவந்திருந்தன. அவர்களை உசுப்புவதுபோல் மனைவிகள் ஏதோ அவர்களிடம் பேசிக்கொண்டிருந்தார்கள். சோயித்ராமுக்கு மனம் மிகவும் சோர்ந்தது. அவன் ஒரு ஆறுதல் தேடி ஜூனியர் பக்கம் போனான். "என் பாராட்டுகள்" என்றார் அவர். அவன் அவருடைய உதடுகளைக் கவனித்தான். அந்த வார்த்தைகளைச் சொல்லும் உதடுகள் மாதிரியோ, அவற்றைச் சொல்ல அசையும் தாடைகள் மாதிரியோ அவை அவனுக்குப் படவில்லை. "நான் இன்று லீவு எடுத்துக்கொள்ளட்டுமா?" என்று கேட்டான். "எடுத்துக்கொள்ளேன், தம்பிகளிடம் சொல்லிவிட்டுப் போ" என்றார் அவர். பின்புறம் திரும்பி, தம்பியின் கண்ணாடி அறைகளைப் பார்த்தான் சோயித்ராம். "வேண்டாம்; ஒன்றுமில்லை" என்றான். "பஜார் பார்த்துவிட்டு வருகிறேன்" என்று சொல்லிக்கொண்டே தன் சிறிய கைப்பெட்டியைத் தூக்கிக்கொண்டு வெளியே போனான்.

அன்று மதுரையில் மிகக் கடுமையான வெயில். சூட்கேசுடன் ஹோட்டல் ஏணிப்படி வழியாக சோயித்ராம் இறங்கித் தெருவுக்கு வந்ததும் சுப சூசகங்கள் எப்படி என்று ஆராய்ந்தான். வேலைக்குக் கிளம்புவதற்கு முன் இப்படி ஆராய்வதும், இரவு அதைச் சரிபார்த்துக்கொள்வதும், அவனுடைய ரகசியப் பழக்கம். வெயிலுக்கு ஒரு சூட்டுக்கோல் தன்மை இருந்தது. அது நல்ல அறிகுறி அல்ல. தெருவில் அலையும் மாடுகளின் கண்களைப் பார்த்தான். அவை வருத்தம் கொண்டிருந்தன. அதுவும் நல்ல அறிகுறி அல்ல. பக்கத்து பார்பர் ஷாப்பிலிருந்து கத்திரிகளின் சுறுசுறுப்புச் சத்தங்கள்

கட்டுரையும் வெளியாகி இருந்தன. சிரேஷ்ட கவி சென்னையைச் சேர்ந்தவர் என்ற செய்தி அன்றைய காலை பத்திரிகையில் வெளியானதும் 'ஹிந்தி சாகித்ய சம்மேளன்' நிர்வாகிகள் சிலிர்த்துக்கொண்டு எழுந்துவிட்டார்கள்.

"இவர்தான் சோயித்ராம்" என்றார் ஜூனியர். பெரியவர் அவன் கழுத்தில் பவித்ரமாக மாலையை இறக்கித் தோளில் வைத்தார். அடிவயிற்றில் மாலையைச் சரிசெய்தார். கூட்டம் கரகோஷம் செய்தது. தொடர்ந்து எல்லோரும் அவனை மொய்த்துக்கொண்டார்கள். வயதான ஸ்திரீ ஒருத்தி அவனை அணைத்து உச்சி முகர்ந்தாள். இளைஞர்கள் கை குலுக்கினார்கள். பெண்கள் கை குலுக்கினார்கள். குழந்தைகள் அவனுக்கு ரோஜாப் பூக்களைத் தந்தன. சோயித்ராமுக்கு மிகுந்த கூச்சமாக இருந்தது. அவன் ஒரு கைவிரலை மறு கைவிரலோடு முறுக்கிக்கொண்டு நெஞ்சுக் குவட்டில் அதைப் பதித்துக் கொண்டிருந்தான். அவன் உடல் ரொம்பவும் கோணியிருந்தது. அசந்தர்ப்பமாக எல்லாம் நடப்பதுபோல் உணர்ந்தான். புகைப்படக்காரர்கள் எதிர்பார்த்ததற்கு மாறாக அவன் முகம் இறுகிக்கொண்டு போயிற்று. "நீங்கள் சந்தோஷமாகவே இல்லையே" என்று அவர்கள் குறைபட்டுக்கொண்டார்கள். உண்மையில், உள்ளூர அவன் சந்தோஷமாகவே இருந்தான். மாலையில் 'சாகித்ய சம்மேளன்' அலுவலகத்திற்கு வந்து எல்லோருக்கும் ஆட்டோகிராப் தருகிறேன் என்றான். அவன் உடம்பைக் குத்திக்கொண்டு சுற்றிவர டைரிகள். பிஞ்சுக் கரங்கள். பாராட்டுக் கூட்டம் ஒன்று நடத்தப்போவதாகவும், தலைமை வகிக்க கவர்னரை அழைக்கப்போவதாகவும் பெரியவர் சொன்னார். கூட்டத்தின் பின்னால் உணர்ச்சிவசப்பட்டுக்கொண்டிருந்த ஒருவர் மேற்கொண்டு தன்னைக் கட்டுப்படுத்திக்கொள்ள முடியாமல் ஆனபோது, அவனுடைய கவிதையைக் கோஷம்போல் உச்சாடனம் செய்துகொண்டே கூட்டத்தைச் சற்று முரட்டுத்தனமாக இரு கைகளாலும் விலக்கிப் பிளந்து முன்னேறி வந்து அவனை அணைத்துக்கொண்டார். கூட்டத்தின் நடுவில்

சோயித்ராம் கூச்சம் அடைந்தான். "என்ன? என்ன?" என்று அவன் பதறினான். ரிசீவரை மடிமேல் வைத்துக்கொண்டே ஜூனியர், "ஒரு மிகப் பெரிய மனுஷர் உன்னுடன் பேச வேண்டும் என்று சொல்லுகிறார்" என்றார். முகத்தை அகல மாக்கிக்கொண்டு இரு கைகளையும் விரித்துக் காட்டினார். சோயித்ராமுக்குச் சரியாகப் பேச முடியவில்லை. விஷயம் அவனுக்குச் சந்தோஷத்தைத் தந்தது என்றாலும் அவர்கள் தன்னைப் பாராட்ட வரும் நேரம் சரியில்லை என்று எண்ணினான்.

பத்து நிமிடங்களுக்குள் ஐந்தாறு கார்கள் வாசலில் நின்றன. முதியோர்கள், யுவதிகள், இளைஞர்கள், மாணவர்கள், மாணவிகள், குழந்தைகள். விதவிதமான ஆடை அலங்காரங்கள். எல்லோருமே அவர்களுடைய மிகச் சிறந்த தோற்றத்தில் வந்திருந்தார்கள் என்று தோன்றிற்று. பஞ்சகச்சம் கட்டி, லாங்கோ அணிந்து, தலையில் கறுப்பு குல்லாவும், வெள்ளி விளிம்புகொண்ட கண்ணாடியும் வைத்துக்கொண்டிருந்த ஒரு எண்பது வயது முதியவர் ஒரு அழகான புன்னகையை முகத்தில் நிறுத்திவைத்துக் கொண்டே ஒரு ரோஜா மாலையை அந்தரத்தில் பிடித்தவாறு முன்னேறி வந்தார். அவருக்குப் பின்னால் கூட்டம். ஜூனியர் கண்ணாடி அறையிலிருந்து வெளியே வந்தார். தம்பிகளும் கண்ணாடி அறையிலிருந்து வெளியே வந்தார்கள். அவர்களுக்கு விஷயம் தெரியாததால் மிகுந்த பரபரப்புடன் வந்தார்கள். சற்றுநேரத்துக்கு முன்னால் அங்கு வந்திருந்த அவர்களுடைய மனைவியரும் தத்தம் கணவர்களை உரசிக்கொண்டே வந்தார்கள்.

பெரியவர், ஜூனியரைப் பார்த்து "சிரேஷ்ட கவி எங்கே?" என்று கேட்டார். பம்பாயிலிருந்து வெளியாகும் நவ கவிதா என்ற பத்திரிகை ஒவ்வொரு வருடமும் முப்பது வயதுக்குக் குறைவான சிரேஷ்ட கவியைத் தேர்ந்தெடுத்துக்கொண் டிருந்தது. அந்த வருடம் சோயித்ராமை அது தேர்ந்தெடுத் திருக்கிறது. அன்று காலை ஹிந்தி தினசரிகளில் அவனுடைய புகைப்படமும் வாழ்க்கைக் குறிப்பும் ஒரு விமர்சனக்

சோயித்ராமுக்கு வரவில்லை. ஒரு சுருட்டுப்பெட்டி நிறைய வார்த்தைகள் இருந்தால் போதும்; யாருடனும் பேசி எந்தக் காரியத்தையும் சமாளிக்கலாம் என்று கிடங்குத் தெரு பிரதிநிதிகள் சொல்வார்கள். அதுகூட அவனுக்கு இல்லாமற் போயிற்று.

"எனக்கு திருப்தி இல்லை" என்று சற்று வருத்தத்துடன் சொன்னான் சோயித்ராம். ஜுனியர், "அது சரிதான். ஆர்டர்கள் போதாது. பிசானி அள்ளிக்கொண்டு வருவான். ஆனால் கலெக்ஷன் செக்குகள் மோசமில்லை; அவனுக்கு முக்கால் கொண்டு வந்திருக்கிறாய். நீ போகவில்லை என்றால் அவர்கள் போய் சில ஆர்டர்களைப் பிடுங்கிக்கொண் டிருப்பார்கள்" என்றார். அவர்கள் என்று ஜுனியர் சொன்னது இவர்களுடன் போட்டியிடும் ராதேஷ்யாம் பிசானி என்ற கடையை. அவர் ஜுனியரின் மூத்த மைத்துனியை மணம் முடித்திருந்தார். அவர்களுக்குள் கடுமையான போட்டி இருந்தது. பேச்சு வார்த்தையும் முறிந்திருந்தது. கண்ணயர்ந்தால் வயிற்றில் குத்துவிழும் என்று இருவரும் மிகுந்த விழிப்புடன் இருந்தார்கள். இந்த விரோதம்தான் சகோதரர்களுக்குள் – உள்ளூரக் கசப்பு மண்டிக்கொண்டிருந்தாலும் – மேலோட்டமான ஒரு ஒற்றுமையைப் பின்னிக்கொண்டிருந்தது.

தொலைபேசி மணி அடித்தது. ஜுனியர் பேசினார். முதலில் அவருக்கு ஒன்றும் சரிவரப் புரியவில்லை. தனக்கு முற்றிலும் அப்பாற்பட்ட விஷயத்தை எதிர்கொள்ளும் திணறல் ஏற்பட்டது. அதன்பின் அவர் திடீரென தன்னைச் சந்தோஷமாக்கிக்கொண்டு உற்சாகமாகப் பேசினார். அப்போது அவர் அடிக்கடி சோயித்ராமைப் பார்த்துக்கொண்டே பேசினார். இமைகளை உயர்த்தி சோயித்ராமையும் இமைகளைத் தாழ்த்தி மோதிரவிரல் புஷ்பராகத்தையும் மாறிமாறிப் பார்த்துக்கொண்டே பேசினார். "சோயித்ராம் இங்குதான் இருக்கிறார், பேசுகிறீர்களா?" என்று அவர் கேட்டார். முதன்முதலாக ஜுனியர் தன்னைப் பன்மையில் குறிப்பிடுவதைக் கேட்டு

ஆனால், அவள் ஒருபோதும் கடைக்கு வந்ததில்லை. இந்த குணம் சோயித்ராமுக்குப் பிடித்திருந்தது. அதோடு அவள் மெல்லிசான கலை வாசனைகள் கொண்டவள். தியேட்டர் களில் பல சமயங்களில் ஜுனியருடன் சோயித்ராம் அவளைப் பார்த்திருக்கிறான். ஏ.சி. பால்கனிகளில். அந்தப் படங்கள் அவரால் தேர்ந்தெடுக்கப்பட்டவை அல்ல என்றும் அவளால் தேர்ந்தெடுக்கப்பட்டவை என்றும் சோயித்ராமுக்குத் தோன்றும். அவளுக்காக அவர் அந்தப் படத்தைச் சகித்துக்கொண்டிருந்துவிட்டு, மறுநாள் சோயித்ராமிடம், "மோசமில்லை, நன்றாகவே இருந்தது" என்பார். தன் மனைவியிடம் இருந்த ஒரு கோணங்கி, தூக்கலாக சோயித்ராமுக்கும் உண்டு என்பதும், ஜனங்களுக்குப் பிடிப்பது இருவருக்கும் பிடிக்காது என்பதும் அவருக்குத் தெரிந்திருந்தது. சோயித்ராம் ஜுனியர் பக்கம் நெருங்குகிறான் என்று உணர்ந்ததும் தம்பிகள் அவனை அசட்டைசெய்ய ஆரம்பித்தார்கள். தம்பிகளின் அசட்டைப்பற்றித் தெரிந்ததும் ஜுனியர் மேலும் சற்று அவனை அணைத்துக்கொண்டார். கலையரங்குகளில் ஜுனியரின் மனைவி இப்போது அவனைப் பார்த்துக் கையசைத்துச் சிரிக்கும்போது ஒரு அதிகப்படியான அன்பையும் அவன் உணர்ந்தான்.

காலை மணி பத்து இருக்கும். ஜுனியர் முன்னால் அமர்ந்து சோயித்ராம் பேசிக்கொண்டிருந்தான். மலபார் போய்க் கொண்டிருந்த கௌதம் பிசானிக்கு மஞ்சள் காமாலை கண்டிருந்தது. அதனால் அவனுக்குப் பதிலாக இவன் போய்விட்டு வந்திருந்தான். இவனுக்குப் பழக்கம் இல்லாத தடம் என்பதால் பெரும் திணறல் இருந்தது. ஆர்டர் தரும் வியாபாரிகளுக்குக் கசங்கல் இருக்கக் கூடாது என்பதற்கு அவன் எவ்வளவோ கவனம் எடுத்துக்கொண்டான். ஜுனியரும் மலபார் வியாபாரிகளைப் பற்றித் தனித்தனியாகச் சொல்லியிருந்தார். கௌதம் பிசானி மலையாளம் மாதிரி ஒன்றை முனகுவான். அந்த முனகல்